எறும்பு

கணேசகுமாரன்

எழுத்து
பிரசுரம்

Title: Erumbu
Author's Name: Ganesakumaran

Published by Ezutthu Prachuram

Ezutthu Prachuram
(An imprint of Zero Degree Publishing)
No. 55(7), R Block, 6th Avenue,
Anna Nagar,
Chennai - 600 040

Website: www.zerodegreepublishing.com
E Mail id: zerodegreepublishing@gmail.com
Phone : 98400 65000

Ezutthu Prachuram First Edition: December 2021
ISBN: 978-93-91748-88-3
TITLE NO EP: 302

Rs.110/-

Cover Design & Layout: Vijayan, Creative Studio
Printed at Manipal Technologies, India.

மனைவி கவிதாவுக்கும்
மகள் நிவேதிதாவுக்கும்

விகடன் வரவேற்பறை

கார்த்தி

தொடுதலிலும் நுகர்விலும் தங்களின் இருப்பிடத்தைத் தற்காத்துக்கொள்ளும் எறும்புகள் பெரும்பாலும் உறங்குவதேயில்லை. உறங்கா இரவுகளில் அடுத்த நாளுக்கான ஆயத்தப் பணிகளில் அவை மூழ்கிவிடுகின்றன. கணேசகுமாரனின் எறும்பு தொகுப்பில் இருக்கும் கதைகள் அதனதன் திசையில் தனித்தனியாய் பயணிக்கின்றன. மனப் பிறழ்வுகளையும் மனம் சார்ந்த அகச் சுமைகளையும் மூச்சிரைக்க சுமந்து செல்லும் கணேசகுமாரனின் எழுத்துகளாக புத்தகம் முழுக்க எறும்புகளை ஊர்ந்து செல்ல அனுமதித்திருக்கிறார்.

தான் யார் என்னும் கேள்வியில் களைத்துப் போயிருக்கும் சிலுக்கு, தனக்கிருக்கும் பிரச்சனைகள் குறித்துப் பேச மறுக்கும் வரதன், இந்த இரவைக் கடக்க முடியாமல் சிக்கித் தவிக்கும் பரோட்டா பிரியன் என இத்தொகுப்பில் இருக்கும் யாரொருவருக்கும் ஏதோவொரு பிரச்சனை. இந்தப் பிரச்சனைகளுக்கான தீர்வென எதுவுமே இன்றி அவர்தம் இயல்பிலேயே அவர்களின் வாழ்வில் சில அத்தியாயங்களை நாம் படித்துவிட்டு கட்டிலில் கிடத்தப்பட்டிருக்கும் கதை மாந்தர்களைக் கடந்து ஊர்ந்து செல்லும் எறும்பைப் போல்

பக்கங்களைக் கடக்க வேண்டியதிருக்கிறது. எந்தக் கதையும் பத்து நிமிடத்துக்கு மேல் நம்மை வாசிக்க வைத்து சோதிப்பவையல்ல. அதே சமயம் அந்த நிர்வாண மனிதர்களின் அழுக்குகளை நம் முன் காட்சிப்படுத்த அவை தவறுவதில்லை. ஆண்களுக்கு ஏன் மார்புகள் என்பது கேள்வியாய் ஒரு கதையில் தொக்கி நிற்கிறது. ஃபேன்டசி பயணம் எடுக்கும் பதினொன்றாம் நாள் கதைகூட இறுதியில் மனப்பிறழ்வை நோக்கி நம்மை இழுத்துச் செல்கிறது. இயல்பு நிலை மனிதர்களை இனியும் கணேசகுமாரனின் எழுத்துகளில் எதிர்பார்ப்பது தவறு என்பதை அழுத்தமாய்ச் சொல்கிறது இப்புத்தகம்.

பொருளடக்கம்

சிலுக்கு

முதலில் எனக்கும் வேம்புவுக்கும்தான் காம்பினேஷன் இருந்தது. நான்தான் மிகவும் அக்கறை எடுத்துக்கொண்டு சிலுக்கின் பர்ஃபாமென்ஸையும் சேர்த்துப் பண்ணியதில் வந்தது வினை. நிகழ்வைப் பார்த்துக்கொண்டிருந்த யாரோ ஒருவர் நிகழ்வு ஏற்பாட்டாளரான சுப்ரமணியண்ணன் காதில் சென்று கடித்துவைக்க, நேராக சுப்ரமணியண்ணன் என்னிடம் வந்தார். “கதிரேசா...நேத்து ராத்திரி யம்மா பாட்டை மறுபடி போட்டு நீ மட்டும் ஆடு. ஒருத்தர் கேட்ருக்கார். நல்லா ஆடுறியாம். நீ மட்டும் தனியா ஆடு.” அது மிகப்பெரிய பாராட்டாகப் பட்டது எனக்கு. மைக்கில் வேறு ‘வேண்டுகோளுக்கிணங்க மறுபடியும் நேத்து ராத்திரி யம்மா’ என்று சொல்ல விசில் சத்தம் பறந்தது. புகழின் உச்ச போதையில் முழு சிலுக்காகவே மாறி நேத்து ராத்திரி யம்மா பாட்டின் ஆரம்பத்தில் எஸ். ஜானகி முக்கி முனகும், ‘ ம்...ம்...’ என்பதற்கு அர்ப்பணிப்புடன் மேடையில் மல்லாந்து படுத்து இரண்டுமுறை உருண்டு எழுந்து இடுப்பு வளைத்து ஆடியதற்குப் பின்புதான் துரத்தல்களும் தப்பித்தல்களுமாய் மாறிப்போனது வாழ்வு.

அப்போது ஆறாம் வகுப்பு படித்துக்கொண்டிருந்தேன். 11 வயசு என்று ஞாபகம். நாகப்பட்டினம்தான் பிறந்து வளர்ந்தது

எல்லாம். நாகப்பட்டினம் என்றால் ஊரின் கடைசியில் என் வீடு. என் வீட்டிலிருந்து 10 நிமிடம் வேகமாய் நடையைப் போட்டால் பக்கத்து ஊரான புத்தூர் வந்துவிடும். என் வீட்டின் அருகில் வயல்வெளி இருந்தது. விளைச்சலும் இருந்தது. வரப்பில் கால்வைத்து வயல் வழியே நடந்து போனால் பக்கத்து ஊரான புத்தூரில் யார் வீட்டு வயலிலாவது நிற்கலாம். மெயின்ரோட்டை ஒட்டி கொஞ்சம் இடம் விளைச்சல் இல்லாத வயல் வெளியாய் கிடந்தது. அந்த இடத்தில்தான் சுப்ரமணியண்ணன் வருடா வருடம் காணும் பொங்கல் அன்று பலவிதமான போட்டிகள் நடத்துவார்.

சுப்ரமணியண்ணன் டீச்சர் ட்ரெய்னிங் முடித்துவிட்டு வாத்தியார் வேலைக்குப் போகாமல் வீட்டில் இருந்தவர். சுப்ரமணியண்ணனுக்குச் சொந்தமாய் காய்கறித் தோட்டம் இருந்தது. அங்கு விளைந்த காய்கறிகளை சுப்ரமணியண்ணனின் அம்மா மார்க்கெட்டில் விற்றுக் காசாக்கி வருவார்கள். மொத்த விலைக்கும் விற்பதுண்டு. அம்மா கஷ்டப்பட்டு சம்பாரிக்கும் காசில் இப்படி ஊதாரித்தனமாய் செலவு பண்ணிக்கொண்டிருந்தார் பொறுப்பில்லாத சுப்ரமணியண்ணன். அப்போதெல்லாம் எங்கள் வீட்டில் அம்மா, அக்கா, அண்ணன்கள் என்று யாராவது சினிமாவுக்குப் போனால் வீட்டின் கடைக்குட்டி என்பதால் துணைக்கு என்னையும் அழைத்துக்கொண்டு போய்விடுவார்கள். அப்படிப் பார்த்த சினிமாக்கள் என் ரத்தத்தில் ஊறிக்கிடந்தன. பார்த்த சினிமாக்களை அப்படியே ஒரு சீன் விடாமல் மறுநாள் வகுப்பிலும் தெருவிலும் நண்பர்களிடம் நடித்துக் காட்டுவேன். அசல் சினிமா பார்ப்பது போன்ற உணர்வைத் தருவதால் என்னிடம் கதை கேட்க என் நண்பர்கள் எப்போதும் தயாராய் இருப்பார்கள். இதில் ஞாயிற்றுக்கிழமையானால் பக்கத்துத் தெருவிலிருக்கும் சாந்தி வீட்டுக்குப் போய்விடுவதுண்டு. சாந்தி வீட்டுக்குப் பக்கத்து வீடுதான் வேம்புவின் வீடு. சாந்தி, நான், வேம்பு எல்லோரும் ஐந்தாவது வரையில் தேர்முட்டி பள்ளியில்தான் ஒன்றாய் படித்தோம். ஆறாம் வகுப்புக்குதான் தனித்தனி பள்ளிக்குப் போனோம். சாந்தி

வீட்டுக் கொல்லைப்புறத்தில் நெல்லி மரங்கள் இரண்டு இருந்தன. புளிப்பும் இனிப்பும் கலந்துகட்டி இழுக்கும் சிறு நெல்லிக்காய்கள். நெல்லிக்காய் பறிக்கவும் மருதாணி பறிக்கவும் சாந்தி வீட்டுக்குப் போகும்போதெல்லாம் வேம்புவும் வந்துவிட்டால் அந்த வாரத்தில் நான் பார்த்த சினிமாக்கள் எல்லாம் திரை கட்டாமல் ஓடத் துவங்கிவிடும். சண்டைக்காட்சி என்றால் டிஷ்யூம் என்று வாயிலேயே பாம் வெடித்து பாட்டுக் காட்சிக்கு நெல்லி மரத்தைச் சுற்றிப் பாடி ஆடி காண்பித்துக் கதை சொன்னதில் சாந்திக்கு நான் நன்றாக டான்ஸ் ஆடுவேன் என்று பட்டிருக்கிறது. சாந்தியும் சுப்ரமணியண்ணன் தங்கை பாப்பாவும் ஒரே வகுப்பு.

அந்த வருடம் மாட்டுப்பொங்கலுக்கு வெறும் கபடிப்போட்டிகள், ஓட்டப்பந்தயம் வைத்து சோப்புடப்பா மட்டும் பரிசு கொடுக்காமல் கொஞ்சம் சிறப்பு சேர்க்கலாம் என்று நினைத்துக்கொண்டிருந்த சுப்ரமணியண்ணனுக்குக் கலை நிகழ்ச்சி நடத்தலாம் என்று யாரோ ஓதி விட்டிருக்கிறார்கள். நெல்லுக்கடை மாரியம்மன் கோவில் திருவிழா ராத்திரிகளில் பக்கத்து ஊர்களிலிருந்தெல்லாம் வந்து கலைநிகழ்ச்சி நடத்திவிட்டுப் போவது சுப்ரமணியண்ணன் கண்ணை உறுத்தியிருந்தது போலும். காலையில் வழக்கமான போட்டி பந்தயங்கள் இரவு கலைநிகழ்ச்சிக்குப் பின் பரிசளிப்பு விழா என்று தீர்மானிக்கப்பட்டது. சாந்தியும் பாப்பாவும் பெரிய மனுஷிகளாட்டம் சுப்ரமணியண்ணனிடம், "கதிரேசன் நல்லா டான்ஸ் ஆடுவான். அவன ஆட விடலாம்" என்று ஏத்தி விட்டிருக்கிறார்கள். சாந்தி மூலமாய் என் காதுக்கும் தகவல் வந்தது. ஒரு வாரத்துக்கு முன்பிருந்தே சாந்தி வீட்டில் ரிகர்சல் ஆரம்பமானது. நான் தனியாய் சில பாடல்களுக்கும் சாந்தியுடன் சேர்ந்து 'இந்திர லோகத்து சுந்தரி ராத்திரி கனவில் வந்தாளோ' பாட்டுக்கும் வேம்புவுடன், 'விளக்கு வச்ச நேரத்துல மாமன் வந்தான்' பாட்டுக்கும் 'நேத்து ராத்திரி யம்மா' பாட்டுக்கும் ஆடுவதாய் தீர்மானமானது. சுப்ரமணியண்ணனிடம் இன்னின்ன பாட்டுகள் என்று எழுதித்தர அதைத் தனி கேசட்டில் பதிவு செய்து கொடுத்துவிட்டார். சுப்ரமணியண்ணனை நேரில்

பார்த்து நான் ஒரு சிறந்த கதைசொல்லி, டான்ஸ் மாஸ்டர், சினிமாக்காரன் என்பதெல்லாம் என் வீட்டுக்குத் தெரிய வேண்டாம் என்று சொல்லியிருந்தேன். நிகழ்ச்சி அன்று என் குடும்ப சகிதம் அனைவரும் வந்து என் ஆட்டத்தைக் கண்டு களிப்பார்களென்று கனவிலும் நான் நினைக்கவில்லை.

மாட்டுப்பொங்கல் அன்று பகலெல்லாம் பல்லைக்காட்டி இளித்துக்கொண்டு கிடந்த வானம் மாலை 5 மணிக்கு மேல் வேகமாய் இருட்டத் தொடங்கியது. அபாய எச்சரிக்கையாய் கடும் குளிரையும் சேர்த்து அனுப்பியது. சுப்ரமணியண்ணன் வீட்டில் இருந்த மூன்று மர பெஞ்சுகளை ஒன்றுசேர்த்துப் போட்டு அதன் மீது கனமான ஜமுக்காளம் விரித்து சுற்றிலும் தார்ப்பாய் கொண்டு அடைத்து ஒருவழியாக ரெடிமேட் மேடையை ஏற்பாடு செய்திருந்தார். மொத்தமே 20 நாற்காலிகள் போடப்பட்டிருந்தன. காய்ந்த வயல்வெளி என்பதாலும் அந்தப் பகுதி மக்களுக்குத் தேவை ஒரு பொழுதுபோக்குதானே தவிர நாற்காலி இல்லை என்பதும் சுப்ரமணியண்ணனுக்குத் தெரிந்திருந்தது. மைக்செட் கட்டி பாட்டு போட்டது மட்டும் வெளிச்செலவாக இருக்கும். 6 மணிக்கு ஆட்டம் ஆரம்பமானது. முதல் பாடலாய் சலங்கை ஒலியின், 'ஓம் நமச்சிவாயா' என்ற பக்திப் பாடலுக்கு நான் மட்டும் ஆடினேன். வெள்ளை முழுக்கைச் சட்டை, மஞ்சள் நிறத்தில் தொளதொளவென ஒரு பேன்ட் சகிதம் அந்தப் பாட்டுக்கு நான் ஆடிய பரதத்தை நல்லவேளை கமல்ஹாசன் பார்க்கவில்லை. வேம்புதான் காஸ்ட்யூம் டிசைனர். ஏற்கெனவே ஸ்கூலில் அந்தப் பாட்டுக்கு ஆடி தோற்றுப்போயிருந்த வெறியில் சலங்கை கட்டாமலே சன்னதம் கொண்டு ஆடினேன். மின்னல் மின்னியதில் அரண்டுபோன சுப்ரமணியண்ணன் சீக்கிரம் முடிப்பதற்காக இரண்டாவது பாடலே, 'இந்திரலோகத்து சுந்தரி' க்கு ஆடச் சொல்லிவிட்டார். புடவை கட்டிக்கொண்டு வந்த சாந்தி நான் சொல்லித்தந்த ஸ்டெப் ஒன்றுகூட மாறாமல் கட்டியிருந்த புடவைக்கும் வலிக்காமல் ஆடி முடித்துப்போக, நான் வழக்கம்போல் கலையுடன் ஒன்றி ஆடினேன். என் முக பாவனைகள் பக்கத்திலிருக்கும் சாந்திக்கே சரியாகத் தெரியப்

போவதில்லை என்பதெல்லாம் என் மூளைக்கு அப்போது உறைக்கவில்லை.

அடுத்த பாட்டு, 'வெளக்கு வச்ச நேரத்துல மாமன் வந்தான்'. வேம்புவும் நானும் அவரவர் இடுப்பில் இரு கையையும் ஊன்றிக்கொண்டு விளக்கு ஏற்றுவது போலவும் உச்சி வெயிலைச் சுட்டிக்காட்டுவது போலவும் மிக எளிதான ஸ்டெப்சில் வெகு ரிலாக்ஸாக ஆடி முடித்த தருணத்தில் வந்தது அடுத்த பாட்டு. 'நேத்து ராத்திரி யம்மா' பாட்டு போட்டதுமே கூடியிருந்த கூட்டம் வெகு ஜோராகக் கைத்தட்டியதில் எனக்கு உற்சாகம் மண்டைக்கு ஏறியதில் வேம்புவுக்குச் சொல்லிக் கொடுத்த ஸ்டெப்ஸையும் சேர்த்து நானே ஆடத் தொடங்கினேன். முந்தைய பாட்டுக்கெல்லாம் சாதாரணமாக இருந்த அந்த முழுக்கைச் சட்டையின் கடைசி இரண்டு பட்டன்கள் சிலுக்கை மனதில் வைத்து தங்களை விடுவித்திருந்தன. நான் சரியாகத் தொப்புளின் மீது முடிச்சுபோட்டு சுருட்டி விட்டிருந்தேன். ஆடி முடித்துத் திரைக்குப் பின்னால் -அதை மேடைக்குக் கீழே என்றும் சொல்லலாம்- அமர்ந்திருந்தபோது சுப்ரமணியண்ணன் தனியாய் என்னை மட்டும் ஆடச் சொன்னார். என்னை யார் ஆடச் சொல்லியிருப்பார்கள் என்ற எதிர்பார்ப்பும் கேள்வியும் கலந்து கூட்டத்தை முதன்முறையாகப் பார்த்தேன். ஆச்சரியம் மின்னி வெட்டியது. 20 பேர் அமரும் நாற்காலிகள்தானே என்ற எண்ணம் மட்டும்தான் எனக்குள் இருந்தது. ஆனால் நேரம் செல்லச்செல்ல ரோட்டில் போய்க்கொண்டிருந்த டூ வீலர் வாகனங்களில் இருந்தவர்கள் வண்டியை நிறுத்திவிட்டு நின்ற இடத்திலிருந்தே ஆட்டத்தைப் பார்க்கத் தொடங்கியிருந்தார்கள். கீழேயும் நல்ல கூட்டம். 100 பேர்களுக்கு மேல் கூடியிருப்பார்கள்.

நான் தனியாக ஆடுவதற்குத் தயார் செய்து வைத்திருந்த எந்தப் பாட்டுக்கும் ஆட முடியாமல் மழை தன் முதல் துளியை விசிறியிருந்தது. லேசான சாரலிலேயே சுப்ரமணியண்ணன் பரிசுகள் வழங்க ஆரம்பித்துவிட்டார். காற்று பலமாக வீச ஆரம்பித்ததுமே மைக்செட்காரரர் எல்லாவற்றையும் பொட்டிகட்டிக்கொண்டு புறப்பட, தொண்டை கிழிய கத்திப்

பரிசினைப் பெயர் சொல்லி அறிவித்துக்கொண்டிருந்தார் சுப்ரமணியண்ணன். எனக்கு ரோஸ் கலரில் சோப்பு டப்பா பரிசுப்பொருளாய் கிடைத்தது. தமிழ் இலக்கியப் போட்டிகளில் வென்று முதல் பரிசாக குண்டான இங்க் பேனா இரண்டு முறை வாங்கியது போக வெளியில் அதுதான் என் முதல் பரிசு. எல்லாம் முடிந்து மூன்று பெஞ்சுகளை விட்டு- மேடை என்றும் சொல்லலாம்- கீழே இறங்கியதும் குடையுடன் என் அருகில் வந்த என் அம்மா மழையைத் தடுத்து என்னை வீட்டுக்குக் கூட்டிப்போனார். என் டான்ஸைப் பார்க்க அக்காக்கள் மூவரும் அம்மாவோடு வந்திருக்கிறார்கள். நான் மேடையில் மிக பிசியாக இருந்ததால் அவர்களைக் கவனிக்கவில்லை. "சொல்லாம கொள்ளாம இப்படிப் பண்ணுவியா?" என்று சொல்லிக் கடிந்துகொண்ட அம்மா வீட்டுக்கு வந்ததும் தலை துவட்டிவிட்டார். வேறு ட்ரெஸ் மாற்றச் சொல்லி நடுவீட்டில் என்னை உட்காரவைத்து கைநிறைய மிளகாயும் உப்பும் வைத்துக்கொண்டு மூன்று முறை என் தலையைச் சுற்றி என்னை எச்சில் துப்பச்சொல்லி அப்படியே அடுப்பில் கொண்டுபோய் போட்டார். "எல்லா கண்ணும் இவன் மேலதான் இருந்துச்சி. எப்படி ஆடுறான் பாத்தியா... ஆடுறான் பாத்தியான்னு ஒரே பொறாம பேச்சுதான்" முணுமுணுத்துக்கொண்டே படபடவென்று எரிந்து போனது கண் கொள்ளா திருஷ்டி.

பொங்கல் லீவெல்லாம் முடிந்து பள்ளிக்கூடம் செல்லும்போதுதான் பிரச்சனை ஆரம்பித்தது. தெருவில் ஒன்றாக கோலி, பம்பரம், கிட்டிப்புள் விளையாடும் மாணிக்கம்தான் முதலில், "டேய் சிலுக்கு நில்லுடா. நானும் வரேன்" என்றான். எனக்குத் தாங்க முடியாத கோபம் வந்தது. அப்படிக் கூப்பிடக் கூடாதெனப் பலமுறை எச்சரித்தும் அவன் கேட்ட பாடில்லை. வகுப்பில் எல்லோரிடமும் நான் மேடையில் டான்ஸ் ஆடியதைச் சொல்லி, "சிலுக்கு மாதிரியே ஆடுறாண்டா" என்பதை மறுபடி மறுபடி சொல்லி என்னை கோபத்தின் உச்சிக்கே கொண்டுபோனான். ஓங்கி அவன் முகத்தில் அறைந்தேன். என் கைதான் சுரீரென்று வலித்தது. அவன் முகம் சிவந்து கண்கள் கலங்கி, "என்கூட இனிமே பேசாதடா சிலுக்கு" என்று

திட்டிவிட்டுச் சென்றுவிட்டான். அழுகையும் ஆற்றாமையுமாக வீட்டுக்குத் திரும்பினேன். அந்த வார லீவில் சாந்தி வீட்டுக்குப் போகவில்லை. சுப்ரமணியண்ணன் என் வீட்டுக்கே வந்து என்னை அவர் தோட்டத்துக்குக் கூட்டிப்போனார். கண்ணுக்கெட்டிய தொலைவுவரை தோட்டம் பச்சைப் பசேலென்று குளிர்ந்து கிடந்தது. தோட்டத்தின் முடிவில் கயிற்றுக்கட்டில் கிடந்தது. அதில்தான் சுப்ரமணியண்ணன் படுத்து ரெஸ்ட் எடுப்பார் போலும். கட்டிலில் என்னை அமரவைத்துவிட்டு வெளியில் சென்றார். யாராவது வியாபாரிகள் பணம் தருவதற்கும் காய்கறிகள் வாங்குவதற்கும் வந்துபோய்க்கொண்டு இருந்தார்கள். சிறிது நேரத்தில் கட்டிலில் வந்து அமர்ந்த சுப்ரமணியண்ணன் என்னைத் தன் மடியில் அமரவைத்துக்கொண்டார். வியாபாரிகள் வரும்போதெல்லாம் என் உடம்பை விட்டு தன் கைகளை விலக்கிக்கொள்வதும் அவர்கள் சென்றபிறகு என் உடம்பைத் தடவித் தருவதுமாக இருந்தார். அன்று நடந்த ஆட்டத்தைப் பற்றிப் பேசினார். வீட்டில் என்ன சொன்னார்கள் என்று கேட்டார். அவர் மடியிலிருந்து என்னை இறக்கவேயில்லை. மதியம் ஆனதும் சாப்பிட நான் என் வீட்டுக்கு வந்துவிட்டேன். “ஒனக்கு டான்ஸ் நல்லா வருது. விட்ராத. தொடர்ந்து ஆடிப் பழகு. சினிமால பெரிய ஆளாகிடலாம்” என்று சொன்னது மட்டும் காதைவிட்டு வெளியேறாமல் உள்ளேயே இருந்தது.

எங்கள் வீட்டுக்கு எதிரே சற்றுத் தள்ளி ஈபி ஆபீஸ். ஆபீஸ் உள்ளே பின்பக்கமாய் வரிசையாய் மூன்று கொடுக்காப்புளி மரங்கள். பச்சை உறைக்குள்ளே வெள்ளையாய் மலர்ந்திருக்கும் கொடுக்காப்புளியின் ருசியில் ஈரம் மிதந்திருக்கும். கைக்கெட்டும் தொலைவில் குண்டுகுண்டாய் காய்த்துத் தொங்கும் கொடுக்காப்புளி. கோடை விடுமுறையில் தெருப் பசங்களோடு சேர்ந்து காயடிக்கப் போவதுண்டு. ஈபி குவார்ட்டர்ஸ் வீடுகள் தாண்டித்தான் கொடுக்காப்புளி மரங்கள் இருக்கும் இடம். கேட் ஏறிக் குதித்து யாருக்கும் தெரியாமல் உள்ளே சென்று காய் பறித்து வந்துவிடுவோம். அணில் கடித்துக் கீழே போட்டிருக்கும் பழங்கள் பொறுக்கத்தான் பெரும்

சண்டையே வரும். ஆம்பளைப் பசங்க எங்களோடு வேம்பும் சாந்தியும் சரிக்குச் சரியாய் மல்லு கட்டுவார்கள். ஒருநாள் காய் பறித்துக்கொண்டிருக்கும்போது அங்கு தங்கியிருக்கும் ஒரு ஆபீஸர் எங்களைப் பார்த்துவிட்டார். டவுசர் பாக்கெட் நிறைய கொடுக்காப்புளி காய்களோடு அவர் முன் போய் நின்றோம். எங்களைக் கட்டிப் போடப்போவதாகவும் போலீஸில் பிடித்துக் கொடுக்கப் போவதாகவும் மிரட்டிக் கொண்டிருந்தார். பயத்தில் அழுகை திமிற நின்றிருந்த என்னையே உற்றுப் பார்த்தவர், “நீதான அன்னைக்கு சிலுக்கு டான்ஸுக்கு ஆடுன பைய” என்றார். உடனே வேம்புவின் அண்ணன் மூர்த்தி, “ஆமா சார்... இவன் சூப்பரா ஆடுவான் சார். சிலுக்கு மாதிரியே ஆடுவான் சார். நாங்க இவனை சிலுக்குன்னுதான் சார் கூப்பிடுவோம்” என்றான். ஏற்கெனவே அன்றைய டான்ஸுக்கு நான் போட்டிருந்த பேன்ட் இவனுடையதுதான் என்று ஊர் முழுவதும் தம்பட்டம் அடித்தவன் மூர்த்தி. மறக்காமல் ஈபி ஆபீஸரிடமும் அதைச் சொல்லிவைத்தான். நான் அவனை முறைப்புடன் பார்த்துக்கொண்டிருந்தேன். “அதான பாத்தேன். அன்னைக்கு நல்லா ஆடுனடா... நான்தான் பாதியோட வந்துட்டேன். இன்னிக்கு இங்க ஆடு. நான் போலீஸ்கிட்ட சொல்லல. உங்கள விட்டுடுறேன்” என்றார். உடனே மூர்த்தியும், “அதெல்லாம் ஆடுவான் சார். டேய் சிலுக்கு ஆடுறா” என்றான். நான் காய் பறித்து இவரிடம் மாட்டிய விஷயம் என் அப்பாவுக்குத் தெரியாமல் இருந்தால் போதும் என்றிருந்தது. டவுசர் பாக்கெட்டிலிருந்து காய்களை வெளியே எடுக்காமலே ஆடத் தொடங்கினேன். அந்தப் பாட்டு முழுவதும் எனக்கு மனப்பாடம் என்பதால் பாடிக்கொண்டே ஆடியதில் கஷ்டம் தெரியவில்லை. ஆனால் அவர் வீட்டு ஹால் சிமென்ட் தரையில் கால்களை உதைத்து ஆடியதுதான் வலித்தது. ‘அந்தப்புரம் வந்தவுடன் அந்தரங்கம் கண்டவுடன் ஆசைகள் அப்பப்பா’ என்று சுற்றி தரையில் அமர்ந்தபோது மூச்சிறைத்தது. அங்கிருந்து புறப்படும்போது என்னிடம் தனியாக “நாளைக்கு காய் பொறுக்கி வைக்கிறேன். வந்து என்னைப்பாரு. நான் தர்றேன்” என்றார்.

ஒரு வாரம் கழித்து அம்பிகா டீக்கடையில் அவரைப் பார்த்தேன். கைலி கட்டியிருந்தார். டீ வாங்குவதற்கான தூக்கு வாளியை டீ மாஸ்டரிடம் தந்துவிட்டு நின்று கொண்டிருந்தேன். டீ குடித்துக்கொண்டிருந்த ஈபிக்காரர் என்னைப் பார்த்ததும், “ஏண்டா காய் பொறுக்கி வைக்கிறேன். வான்னு சொன்னேன்ல. ஏன் வரல்ல” என்றபடி என் கைகளை இறுகப் பிடித்தார். டீக்கடை வாசலில் அவரவர்கள் அவரவர் வேலைகளில் மூழ்கியிருந்தனர். ஈபிக்காரர் என்னை அவர் அருகில் இழுத்து இடுப்போடு சேர்த்து அணைத்துப் பிடித்தார். அவர் உடம்போடு நான் ஒட்டியிருக்க என்னை அவர் விலக்குவதும் அணைப்பதுமாய் இருந்தார். ஏதோ உறுத்தலாகத் தெரிய அவர் பிடியைவிட்டு வெளியேற நினைத்தேன். “என்னடா பொட்டக்குட்டி மாதிரி நெளியிறே” என்றபடி மேலும் இறுக்கி அணைத்தார். என் வயிற்றில் கைவைத்து அவர் தொடையோடு சேர்த்து அணைத்தவர் என் காதில் “இப்போ வர்றியா காய் பறிக்கலாம்” என்றார். டீ மாஸ்டர் தந்த வாளியை வாங்கிக்கொண்டு ஈபிக்காரரைப் பார்த்து “இன்னொரு நாளைக்கு வர்றேன்” என்று சொல்லிவிட்டு வீட்டுக்கு விரைந்தேன்.

“இவன் ஆட்டத்துக்கு முன்னாடி சிலுக்கு தோத்தா போ...” என்றார் பக்கிரியண்ணன். இட்லி தோசைக்கு மாவரைக்க பக்கிரியண்ணன் வீட்டுக்குதான் செல்ல வேண்டும். கிலோவுக்கு இவ்வளவு என்று காசு வசூலிப்பார் பக்கிரியண்ணனின் அம்மா. மூன்று கிரைண்டர்கள் சாயங்காலம் 5 மணியிலிருந்து இரவு 11 மணி வரை ஓடிக்கொண்டிருக்கும். “எங்கே... வெளிய தெருவு கௌம்ப முடியுதா...அன்னிக்கு நானும் வந்துருந்தா ஒன் ஆட்டத்த பாத்துருப்பேன். ஹ்ம்ம்ம்...” என்றார் பக்கிரியண்ணனின் அம்மா. “அதுக்கென்ன...இப்போ இங்க ஆடுடான்னா ஆடிட்டுப் போறான். டேய் ஒரு ஆட்டம் போடுடா” என்றார் பக்கிரியண்ணன். “ம்ஹூம்” என்று தலையாட்டினேன். “வெக்கப்படாதடா... வேணும்னா ரூமுக்குப் போயிடலாம். அம்மா பாக்கணும்னு ஆசப்படுறாங்கள்ல... காசு தரேன்டா. சும்மா ஆடு” என்றார் என் கையைப் பிடித்து

நெறித்தபடி. "எங்க அம்மா இனிமே எங்கையும் ஆடக் கூடாதுன்னு சொல்லிடுச்சி. தெரிஞ்சா அடிக்கும்" என்றேன் பொய்யாய். எவ்வளவு வற்புறுத்தினாலும் ஆடிவிடக் கூடாது என்பதில் தீவிரமாக இருந்தேன். "யாருக்கும் தெரியாதுடா... ஏன் இப்பிடி பயப்படுறே...அதெல்லாம் ஆடுவான். நீ பாரும்மா" என்றார். பக்கிரியண்ணன் வீட்டில் அன்று நான் ஆடவில்லை. அதன்பின் எங்குமே ஆடவில்லை.

ப்ளஸ் டூ முடிப்பதற்குள் மூன்று அக்காக்களுக்கும் திருமணம் ஆகிவிட்டது. அப்பாவின் மரணம் தொடர்ந்து அம்மாவின் மரணம் என்று எங்கள் குடும்பம் கொஞ்சம் கலகலத்துப் போனது. சொந்த இடத்தை விற்று அண்ணன்களும் அக்காக்களும் பங்குபோட்டுக் கொண்டார்கள். நான் பெரியண்ணனோடு செல்வதாய் தீர்மானமாயிற்று. பெரியண்ணன் திருமணமாகி குடும்பத்துடன் சென்னையில் செட்டிலானவர். எனது கல்லூரிப் படிப்பும் எதிர்காலமும் சென்னையில்தான் என்று முடிவானது. பிறந்து வளர்ந்து வாழ்ந்த நாகப்பட்டினத்தை விட்டு நிரந்தரமாய்ப் பிரிவது என்று தீர்மானமான அன்றுதான் வேம்புக்குக் கல்யாணம் ஆகியிருந்தது. தெருக்காரர்களுக்கு யாருக்கும் சொல்லாமல் உறவுகளுக்குள் சொல்லி முடித்த கல்யாணம். கடைசியாய் ஒருமுறை என் வீட்டைப் பார்த்துவிட்டு அண்ணனுடன் பஸ் ஸ்டாண்டுக்குப் போகும் வழியில் எதிரே மாப்பிள்ளையுடன் வேம்பு மணக்கோலத்தில் வந்தது 22 வருடம் கழித்து இப்போதும் கண்ணுக்குள் நிற்கிறது. என் தொழில் நிமித்தம் இத்தனை ஆண்டுகளுக்குப் பின்னர் நான் பிறந்த ஊருக்கு வந்திருக்கிறேன். ஆனால் சொந்த ஊரல்ல. காரில் ஊரை ஒரு சுற்று சுற்றியதில் ஏகப்பட்ட மாற்றங்களுடன் ஊர் விரிந்திருந்தது. எங்கள் வீடு இருந்த இடத்தில் இன்ஜினீயரிங் வொர்க்ஷாப் ஒன்று இருந்தது. பழைய கிராமத்து வாசனைகள் அற்றுப்போய் முழு நகரமாக மாறியிருந்த இடத்தில் ஏகப்பட்ட கட்டிடங்கள். ஈபி ஆபீஸ் அப்படியே இருந்தது. ஊருக்கே மின்சாரம் விநியோகம் செய்யும் இடம் மாற வழியில்லை. ஆனால் அந்த வயல்வெளிகளெல்லாம் காணாமல் போய், நான் மேடை போட்டு ஆடிய இடத்தில், 'வெங்கடேஸ்வரா

இன்ஜினீயரிங் லேத் வொர்க்ஸ்' அருகில், 'ஜிகே திருமண மண்டபம்' அதற்குப் பக்கத்தில், 'அப்பு வெல்டிங் ஒர்க்ஸ்' என்று ஏகப்பட்ட கிரீஸ் கறைகளுடன் இரைச்சல் சத்தத்துடன் பழைய அடையாளங்கள் அழிந்து புதியதோர் நகரமாய் கண்முன் இருந்தது ஊர்.

இந்த ஊரைவிட்டுப் போனாலாவது நான் சிலுக்காய் வாழ்ந்த சில நாட்கள் என்னைவிட்டு மறைந்துபோகும் என்பதற்காகத்தான் இங்கிருந்து சென்றேனோ என்று தோன்றியது. சுப்ரமணியண்ணனும் ஈபிக்காரரும் என்னிடம் நடந்துகொண்டதன் அர்த்தம் அப்போது புரியவில்லை. புரிந்த சமயம் அருவருப்பாய் இருந்தது. எத்தனை பெரிய கண்டத்தில் இருந்து தப்பித்திருக்கிறோம் என்று ஆசுவாசமாய் இருந்தது. சென்னைக்குச் சென்றபின்னும் பல நாட்களுக்கு அந்தப் பெயர் எனக்கு மட்டும் அலர்ஜியாய்தான் இருந்தது. எல்லோரையும் மயக்கி தன் வசம் இழுக்கும் ஒரு பெயர் எனக்கு மட்டும் தாங்க முடியாத கசப்பைத் தந்தபடி இருந்தது. போன் வந்தது. எடுத்து காதில் வைத்தேன். "டைரக்டர் சார், உங்களுக்காக வெயிட்டிங்" என்றான் என் அசிஸ்டென்ட். காலேஜ் முடித்து சினிமா ஆசையில் சினிமாவுக்குள் நுழைந்து தெரிந்த வேலையைச் செய்து கொஞ்சம் கொஞ்சமாக முன்னேறி பன்ச் பலராமன் மாஸ்டரிடம் 15 படங்களுக்கு மேல் அசிஸ்டென்ட்டாக வேலை பார்த்து இப்போது தனியாகப் படம் பண்ணத் தொடங்கியிருக்கிறேன். எங்கெங்கோ நான் விரிந்து பரந்திருந்தாலும் என் வேர் என்பது நான் பிறந்தஊர்தான். அந்த நினைப்பில் எந்த மாற்றமுமில்லை. சுப்ரமணியண்ணனின் கருநாக்குச் சொல்தானே இப்போதும் பலித்திருக்கிறது. 'சினிமாவுல பெரிய ஆளாகலாம்' என்பது நாள் கடந்தாலும் பலித்துவிட்டதே. தியேட்டரில் படம் பார்க்கும்போது டைட்டில் கார்டில், 'சண்டைப்பயிற்சி- கராத்தே கதிர்' என்று வரும்போது கைத்தட்டுங்கள். கைத்தட்டலில் எழும் போதை என்பது எத்தனை உச்சம் என்பது உங்களுக்கும் தெரிந்திருக்கும்தானே. அதுதானே ஒருவனை இந்த நிலை வரைக்கும் கொண்டுவந்து விட்டிருக்கிறது. மகிழ்ச்சியாய் கைத்தட்டுங்களேன்.

பதினொன்றாம் நாள்

"நகரத்தின் முக்கிய அடையாளமான உயர்ந்த கட்டிடம் ஓர் இரவில் எப்படிக் காணாமல் போனதென்று இங்கே கூட்டம் கூட்டிப் பேசிக்கொண்டிருக்கிறோம். பூமிக்குள் புதைந்து போனதா அல்லது வேற்றுக்கிரகவாசிகளின் வேலையாவென்று. அதற்கான கண்காணிப்பு வேலைகளும் கண்டுபிடிப்புச் செயல்களும் நடந்த வண்ணம் உள்ளன. நாம்தான் இந்தப் பதற்றத்தில் இருக்கிறோமே தவிர, அரசியல்வாதிகளும் பெரிய மனிதர்களும் சும்மா கிடக்கும் அந்நிலத்தை அடுத்து என்ன செய்யலாமென்று போர்டு வைத்து விற்கத் துவங்கி விட்டார்கள். இந்த முட்டாள் மக்களும் விலை பேசத் துவங்கி விட்டார்கள். அவர்களைக் குறை சொல்லி என்ன புண்ணியம்? விலை பேசுவதில் என் உறவுகளும் நம் துறையைச் சேர்ந்தவர்களும் இருக்கிறார்கள். அதெல்லாம் இருக்கட்டும். இனி உங்கள் கருத்துகளைச் சொல்லலாம்." நகரத்தின் இன்னொரு அடையாளமான அந்தக் காவல் துறை அலுவலகத்தில் மீட்டிங் நடந்துகொண்டிருந்தது. முந்தைய நாள் இரவு அந்நகரத்தின் மிக உயரமான கட்டிடம் அவ்விரவின் ஏதோ ஒரு நொடியில் காணாமல் போய்விட்டது. அதைக் கண்டுபிடிக்கத்தான் உயர் அதிகாரிகளின் இந்த அவசரமான கூட்டம்.

“அந்த பில்டிங்ல நைட் ஷிஃப்ட்டுக்கான ஆட்கள் இருந்துருக்காங்க. அவங்கல்லாம் எங்க போனாங்கன்னு தெரியல. நகரத்தின் பெருமைமிகு அடையாளம் அந்த பில்டிங். ஒரு காலத்துல அதுதான் இந்த சிட்டியோட லேண்ட்மார்க். இன்னிக்கி அது இல்ல. ஏதோ நிலநடுக்கம் வந்து இந்த பூமி தன் வாயைப் பிளந்து அந்தக் கட்டிடத்தை மட்டும் விழுங்கிட்ட மாதிரி இருக்கு. இதுல ஒரு ஆச்சரியம் என்னன்னா, அந்த பில்டிங்குக்குக் கொடுக்கப்பட்ட கரன்ட் கேபிள் கனெக்சன் தனியா கட்டாகியிருக்கு. பில்டிங் இருந்த இடத்துல ஒயர் மட்டும் இருக்கு. அதாவது இப்போ வெறும் நிலமா இருக்கிற இடத்துல அந்த மின்சாரத் தொடர்பெல்லாம் அப்படியே தனியா இருக்கு. இதனால பக்கத்து பில்டிங்குக்கு எந்த பிராப்ளமும் இல்ல. இது எப்படி சாத்தியம்னு தெரியல. ஏதோ மேஜிக் மாதிரி நடந்துருக்கு. இந்தச் சம்பவத்துக்கு நம்ம காவல் துறை என்ன மாதிரி நடவடிக்கை எடுக்கப் போகுதுன்னு தெரியல. மறுபடியும் அந்த இடத்துல செக் பண்ணலாம். ஏதாவது க்ளூ கிடைக்கும். நாளைக்கு இதே இடத்துல கூடுவோம்.” அத்துடன் அந்த மீட்டிங் முடிந்தது.

அன்றிரவு அந்நகரத்தின் புகழ்பெற்ற பூங்காவில் படுத்து உறங்கும், தனது பால்யகாலத்தில் நாகராஜன் என்று பெயர் பெற்றிருந்த மனநலம் பாதிக்கப்பட்ட அவன் எழுந்தான். என்னதான் இரவு முழுவதும் இந்தப் பூங்காவில் அவனை உறங்க பூங்கா வாட்ச்மேன் அனுமதித்திருந்தாலும், படுத்துறங்கும் இடத்தில் சிறுநீர் கழிக்க மனம் ஒப்புக்கொள்ளாது நாகராஜனுக்கு. பூங்காவிலிருந்து வெளியேறி பூங்காவின் அருகில் இருந்த சர்ச்சினைக் கடந்து சற்றுத் தள்ளி இருளில் கிடந்த சாக்கடையில் சிறுநீர் கழிப்பான். அன்றும் அப்படித்தான். இரு கைகளையும் பின்னால் ஊன்றி எழுந்தவன், பூங்காவை விட்டு வெளியேறி சாக்கடையில் சிறுநீர் கழித்துவிட்டு வந்து பார்த்தபோது அந்தப் பூங்காவைக் காணவில்லை. தலையை இரு கைகளாலும் பிடித்துக்கொண்டு அய்யோவென்று கத்தியபடி சாலையில் மயங்கி விழுந்தான் நாகராஜன் என்ற மனநலம் தவறியவன்.

“இன்று மறுபடியும் நாம் கூடியிருக்கிறோம், நேற்று இருந்த நம்பிக்கையும் தைரியமுமின்றி. என்ன நடக்கிறது இந்நகரத்தில்? ஏதோ விபரீதம் நிகழப்போகிறதென்று இங்கிருந்த மக்கள் இந்நகரை விட்டு வெளியேறத் துவங்கி விட்டார்கள். நடப்பது குற்றமா, தவறா, மாய மந்திரமா, அழிவுக்கான ஆரம்பமா... தெரியவில்லை. இந்த நவீன நூற்றாண்டில் கற்பனை செய்து பார்க்காததெல்லாம் நிகழ்கிறது. பேசிக்கொண்டிருக்கும் நாம் நாளை இருப்போமா என்பதே தெரியாமல் விவாதித்துக் கொண்டிருக்கிறோம்” பேசுவதை நிறுத்திய அதிகாரி மேசையின் மீதிருந்த கண்ணாடி டம்ப்ளரிலிருந்து தண்ணீரை எடுத்துக் குடித்தார். இருக்கையில் அமர்ந்திருந்த சிலரின் கண்களில் சாகும்வரையிலான பீதி உறைந்திருந்தது. இன்னும் சிலரிடமோ பிரேதத்தின் கண்களில் உறைந்த அச்சம்.

“சரி போகட்டும். வெளியில் காத்திருக்கும் மீடியாவுக்கு நாம் பதில் சொல்ல வேண்டும். வழக்கமான பதிலாக இல்லாமல் உண்மையைச் சொல்லுவோம். இரவில் நிகழும் இந்த வினோத விபரீதங்கள் நிகழாமல் அவர்களும் நமக்குத் துணை புரிவார்கள்.” கூட்டம் கலைந்தது. வாசலில் தங்கள் முன் நின்றிருந்த தொலைக்காட்சி, பத்திரிகை நிருபர்களைப் பார்த்து, “நிகழ்ந்த விபரீதம் குறித்து உங்களுக்குத் தெரிந்ததுதான் எங்களுக்கும் தெரியும். தயவுசெய்து இவ்விஷயத்தில் நீங்களும் எங்களுடன் ஒத்துழையுங்கள். எல்லோரும் ஒன்று சேர்ந்துதான் இந்தப் புரியாத விபரீதத்தை கொடூரத்தை நிறுத்த வேண்டும். பொதுமக்களுக்கு பீதியை ஏற்படுத்துமாறு செய்திகளைப் பரவவிட வேண்டாம்.”

அன்று இரவு நகரின் மிகப் பிரபலமான மூன்று நகைக் கடைகள் ஏதோ ஒரு நொடியில் காணாமல் போயின. அவை இருந்த இடத்தில் வெறும் நிலம் மட்டுமே பளபளப்பின்றி கிடந்தது. மறுநாள் காலை அருகில் இருந்த ஜவுளிக் கடைகளும் இன்ன பிற கடைகளும் தற்காலிகமாக மூடப்பட்டன. பெரும்பாலான மக்கள் நகர் விட்டு நீங்கத் தொடங்கியிருந்தனர். இரவுநேரப் பயணங்கள் நிறுத்தப்பட்டதால், மக்கள் பேருந்துகளிலும்

ரயில்களிலும் பகலில் பயணித்தனர். கார்களிலும் பஸ்களிலும் கூட்டம் கூட்டமாய் மூச்சுத் திணறியபடி விரைந்தனர். தொலைக்காட்சி செய்திகளில் பதற்றம் கூடியிருந்தது. அடுத்த நாளின் ஒற்றை இரவில் கடற்கரையை ஒட்டியிருந்த சர்ச்சும், நகரின் மத்தியில் இருந்த பள்ளிவாசலும், நகர்ப்பரப்பின் பாதியைத் தன்னுள் அடக்கியிருக்கும் கோயிலும் காணாமல் போயின. யார் யாரைக் குற்றம் சொல்வது எனத் தெரியாமல் அனைவரும் ஆயுதத்தைக் கீழே போட்டனர். ஒருவருக்கொருவர் ஆறுதல் கூறிக்கொண்டனர். நகரத்தின் பேரமைதி கடும் அச்சத்தைத் தந்தது. சாலைகளுக்கு இணையாக மின்சாரக் கம்பிகள் நகரமெங்கும் நெளிந்து வளைந்து கிடந்தன.

வாழத் தகுதியற்ற நகரமாக அறிவிக்கப்பட்ட மறுநாள் இரவு தொலைக்காட்சி மற்றும் பத்திரிகை நிறுவனங்கள் காணாமல் போயின. எஞ்சியிருந்த சொற்ப மக்களிடம் உயிர் மட்டும் மிச்சமிருந்தது. உயிர் பிழைத்தால் போதும் என்று விரைந்த மக்கள் ஒன்றை மட்டும் மறந்து போனார்கள். அந்நகரத்தின் குறிப்பிட்ட எல்லைவரை மட்டும்தான் இந்த மூச்சுத்திணறல் ட்ராஃபிக் நெருக்கடி எல்லாம். நகரத்துக்கு வெளியே எல்லாம் சகஜமாகத்தான் இருந்தது. நேற்றுவரை நகரத்தை வரவேற்றுக்கொண்டு கம்பீரமாய் நின்றிருந்த, பணத்தால் உயர் வாழ்க்கை வாழ்ந்துகொண்டிருந்த நவநாகரிக மக்கள் இருந்த உயர் கட்டிடங்கள் மறைந்து வெறும் நிலம் மட்டும் தென்பட்டுக் கொண்டிருந்ததைப் பார்த்ததுமே எல்லாம் மறந்து போயினர் நகரத்து மக்கள். உயிர் வாழ ஓர் இடம் கிடைத்தால் போதும் என்று ஓடிய மக்களுக்கு இயல்பு வாழ்க்கை எங்கே தொடங்கியது என்றெல்லாம் அறிய எதற்கும் அவகாசமில்லை. ராணுவம் வரவழைக்கப்பட்டுத் தங்கியிருந்த பெரிய கட்டிடங்கள் இரவோடு இரவாக இல்லாமல் போனதில் தீர்வு எங்கே என்பதே தெரியாமல் போனது. வெளி மாநிலங்களிலோ நகரை ஏதோ வேற்றுக்கிரகத்திலிருந்து அமானுஷ்ய சக்தி ஒன்று தங்கள் கட்டுப்பாட்டுக்குள் கொண்டு வந்திருப்பதாக முக்கியச் செய்திகள் தொலைக்காட்சியின் கீழே நகர்ந்தன. இன்னும் சில நாட்களில் இதுதான் உலகின் நிலை என்னும்

செய்திகளும் வாட்ஸ்அப் வதந்திகளும் விரைவாகப் பரவின. அருகே உள்ள மாநிலத்திலிருந்து வந்த மீடியாக்கள் பகலில் வந்து பார்த்துவிட்டு பறந்தன. ஆகாயப் பார்வையில் பெரும் பாலைவனமே கண்ணுக்குத் தெரிவதாக அவசர செய்தி வாசித்தார்கள். உலகம் முழுவதும் இந்நகரத்தினைப் பற்றிய பேச்சு பரவிக்கொண்டிருந்தது. பத்தே நாட்களில் நகரத்தின் அத்தனை கட்டிடங்களும் புதைந்துபோக, மனிதர்கள் காணாமல் போய், எஞ்சியவர்கள் எல்லோரும் நகரை விட்டு நீங்கியிருந்தனர், நகரத்தின் நடுவில் இருந்த அந்த மனநல மருத்துமனையைத் தவிர.

பத்து நாட்களாக ஒரு போராட்டம் அந்த மருத்துவமனையில் நிகழ்ந்துகொண்டிருந்தது. மனநலம் பாதிக்கப்பட்ட 50 வயது பெரியவர் ஒருவருக்கு கடும் வயிற்றுவலி. வயிற்றில் ஆபரேஷன் செய்ய வேண்டியிருந்தது. நேரம் குறிக்கப்பட்டு ஆபரேஷனுக்கான கத்தியை எடுக்கும்போதெல்லாம் நோயாளியின் இரத்த அழுத்தம், உச்சத்துக்குச் செல்வதும் பின்பு இறங்குவதுமாக இருக்க, ஆபரேஷன் தள்ளிப் போடப்பட்டே வந்தது. அந்த மருத்துவமனைக்கு வெளியே ஒரு நகரமே இல்லாமல் போனது குறித்து எவ்வித பிரக்ஞையுமற்று இருந்தனர் அங்கிருந்தவர்கள். அதன் உள்ளிருந்த மருத்துவர்களையும் மனநலம் பாதிக்கப்பட்டவர்களையும் அவர்கள் அணிந்திருந்த சீருடைதான் பிரித்திருந்ததே தவிர அனைவருமே ஒருவித பித்து நிலையில்தான் இருந்தனர். பத்து நாட்களுக்கு முன்பிருந்த உணவுப் பொருட்கள், காய்கறிகள் வைத்து அங்கேயே சமையல் நடந்து கொண்டிருந்தது. எவரும் அந்த மருத்துவமனையை விட்டு வெளியில் வரவில்லை.

மருத்துவமனைக்கு வெளியிலும் உள்ளேயும் ஒருவித வாசனை மிதந்துகொண்டிருந்தது. அதை எவர் நாசியும் உணரவில்லை. வலியில் துடித்துக்கொண்டிருந்த வயதானவரின் உடல் நலம் குறித்தே அனைவரது பிரார்த்தனையும் இருந்தது. அங்கிருந்தவர்களின் உறவினர்கள், நண்பர்கள் அனைவரும் இந்நகரை விட்டு நீங்கியிருந்தது குறித்து அவர்கள் யாருக்குமே

தெரியாது. பத்து நாட்களாக ஆபரேஷன் செய்ய முயன்று தோல்வி கண்டுகொண்டிருந்த தலைமை மருத்துவர், மருத்துவமனையை விட்டு வெளியே வந்து நின்றார். கண்ணுக்கெட்டிய தொலைவு வரை எதுவுமே இல்லை. மூளை முழுவதும் ஆபரேஷன் செய்ய வேண்டிய பெரியவரின் வீங்கிய வயிறு மட்டுமே நிரம்பியிருந்தது. மெலிதான காற்று வீசியதை மட்டும் தன் சுவாசத்தில் உணர்ந்தார். இருளும் நிசப்தமும் பிரிக்க முடியாமல் ஒன்றாகியிருந்தன.

ஆபரேஷனுக்கு இன்று கடைசி நாள். இன்றும் முடியாதென்றால் அதே ஆபரேஷன் கத்தியால் தன் கழுத்தை அறுத்துக்கொள்வதென்ற முடிவுடன் மருத்துவமனைக்குள் திரும்பினார். தனது நாற்காலியில் வந்து அமர்ந்தவரிடம் பேஷன்ட்டை ஆபரேஷன் தியேட்டர் கொண்டு சென்றுவிட்டதாய் ஸ்டாஃப் வந்து சொல்ல, பெருமூச்சு விட்டபடி எழுந்தார். ஆபரேஷன் நாள் தள்ளிப் போகப்போக பேஷன்ட்டின் வயிறு பெரிதாகிக்கொண்டே போனது வேறு அவருக்குத் தனி கவலையைக் கொடுத்திருந்தது. “பிபி நார்மல் டாக்டர்” என்று ஸ்டாஃப் சொன்னபோது பேஷன்ட் தன் ஒரு கையால் வயிற்றை அழுந்தப் பிடித்துக்கொண்டு முனகினார். உதடுகள் அசைந்தன. “இன்னிக்கு நீங்க ஆபரேஷன் முடிச்சிடலாம் டாக்டர். அனஸ்தீசியா கொடுக்கணும்னு அவசியமில்ல. நான் பேசிக்கிட்டே இருக்கேன். நீங்க ஆபரேஷன் முடிச்சிடுங்க. நான் இங்க வந்தப்புறம் அதிகமா யார்கிட்டவும் பேசவும் இல்ல. அதிகமா தண்ணி குடிக்கவும் இல்ல. எனக்கு தாகமே இல்லியே டாக்டர். கவலைப்படாதீங்க டாக்டர். இன்னிக்கு ஆபரேஷன் சக்சஸ்தான். பேஷன்ட்டும்” பல் கடித்து சிரித்தார்.

“வயித்த வலிக்குது டாக்டர். நீங்க கத்தி வச்சி கிழிச்சா சரியாகிடும். இந்த உலகத்துக்கு நாம ஒரு குழந்தையாதானே வரோம். எந்த இடத்துல பைத்தியமா மாறுறோம் டாக்டர். உங்களுக்குத் தெரியாதில்லியா... இந்த நகரத்து மனுசங்க ஏன் எதுக்குன்னே தெரியாம ஒரு வாழ்க்கைய வாழ்ந்துட்டு

இருக்காங்க. யோசிச்சுப் பாருங்க. சுனாமி வர்றதுக்கு முன்னாடி இங்கே கொலை, கொள்ளை, திருட்டு, பாலியல் பலாத்காரம், சைல்டு அப்யூஸ் எல்லாம் இருந்துச்சு. சுனாமிக்கு அப்புறமும் இதெல்லாம் இருக்கு. சுனாமிங்கிறது ஒரு எச்சரிக்கை இல்லையா... நான் இயற்கை இருக்கேன். எல்லாத்தையும் பார்த்துட்டு இருக்கேன்... பாவம் பண்ணித் தொலையாதேன்னு இயற்கை விடுக்கிற எச்சரிக்கை இல்லையா... சுனாமியால இந்த மக்கள் கத்துக்கிட்டது என்ன? மறுபடியும் சுனாமி வந்தா எப்படித் தப்பிக்கிறதுன்னா... ஒரு நிலநடுக்கமோ, பெருவெள்ளமோ இந்த மக்களுக்கு உணர்த்துவது என்ன? இயற்கைக்கு முன்னாடி நீயெல்லாம் ஒண்ணுமில்லைன்னுதானே... அப்புறம் ஏன் டாக்டர் கொலை, கொள்ளைலாம் எல்லா அழிவுக்குப் பின்னாலும் தொடருது. இந்தத் துயர் தந்த பாடத்துல இந்த மக்கள் எதுவுமே கத்துக்கலையா? ஒரு குழந்தையா இந்த பூமிக்கு வந்து மனுசனானேன். இந்த நகரம் மனுசனான என்னை விழுங்கி பைத்தியமாக்கிடுச்சு. என்னால எதுவும் பண்ண முடியல. இங்க வந்துட்டேன். இந்த உலகத்தையே விழுங்கணும்னு வெறி வந்துடுச்சு. பசி வெறி. இந்த ஹாஸ்பிட்டல்ல உள்ள எல்லாத்தையும் விழுங்க ஆரம்பிச்சேன். இப்படித்தான் கடந்த பத்து நாளா இந்த நகரத்தைக் கொஞ்சம் கொஞ்சமா விழுங்கிட்டுருந்தேன். எல்லாமே ஸ்தம்பிச்சுப் போயிடுச்சு. இன்னிக்கு என்னால இந்த நகரம், நாளைக்கு யாராலையோ இந்த மாநிலம், நாடுன்னு போய் கடைசியில இந்த உலகமே விழுங்கப்பட்டுடும். அதுவரைக்கும் எந்தத் துன்பமும் தீராது.

இன்னிக்கு ராத்திரியோட எல்லாம் முடிஞ்சிட்டு டாக்டர். இனிமே விழுங்க இங்க எதுவுமே இல்ல. நாளைக்கு இந்த நகரம் பழைய நிலைமைக்கு மாறும். இந்தப் பத்து நாளைக்கு வாழ வேண்டிய வாழ்க்கைய மக்கள் வாழ்ந்துருப்பாங்க. பத்து நாளைக்குப் பார்க்க வேண்டிய சீரியல பார்த்துருப்பாங்க. நாளைக்கு அவங்களுக்கு புதுசா ஒரு நாள் இல்ல. இப்படித்தானே அவங்க ஒவ்வொரு அழிவுக்கு அப்புறம் மீண்டு எழுறாங்க. எழுந்து மறுபடியும் அதே பழைய துரோகம், கேடு, ஆணவக் கொலை, பாலியல் வன்புணர்வுன்னு வாழ ஆரம்பிச்சுடுறாங்க.

ஒட்டுமொத்தமா யாரோ அல்லது எதுவோ இந்த உலகத்த முழுங்குற வரைக்கும் இப்படித்தான் டாக்டர். பத்து நாட்களா நாம் இந்த நகரத்துல இல்ல. ஒரு பைத்தியத்தோட வயித்துல இருந்தோம்கிறதே அவங்களுக்குத் தெரியாது. சாப்பாட்டுக்கும் கரன்ட்டுக்கும் கஷ்டப்பட்டு குழந்தைங்க சாப்பிடக்கூட எதுவும் இல்லாமல் பத்து நாள் எப்படி வாழ்ந்தோம்கிறத மறந்துட்டு பழைய வாழ்க்கைக்குத் திரும்பிடுவாங்க. எதுக்கு இந்தப் பத்து நாள் பசின்னு கேட்டீங்கன்னா ஒரு பைத்தியத்தால வேற என்ன டாக்டர் பண்ண முடியும்? அப்படியே அவங்கள பழைய ஞாபகங்களோட இந்த நகரத்துக்குக் கொண்டு வந்தாலும் எல்லாம் சரியானதும் மறுபடியும் பழையபடி வேட்டையாட ஆரம்பிச்சுடுவாங்க. நாளைக்கு மறுபடியும் அப்பாவி மக்களை எப்படி ஏமாத்துறதுன்னு திரும்புற வாழ்வுல நீங்களும் இந்த மருத்துவமனையும் ஏன்... நானும்கூட உண்டு” தொடர்ச்சியாய் அவர் பேசிக்கொண்டே போக மருத்துவர் அந்நோயாளியின் வயிற்றில் கத்தி வைத்து அழுத்தினார். பீறிட்ட ரத்தத்தை பஞ்சினால் துடைத்து அழுத்திப் பிடித்தார். கொஞ்சம்கொஞ்சமாய் வயிறு கிழிபட காணாமல் போயிருந்த அந்நகரம் பழையபடி அதனதன் இடத்தில் தோன்றின. பல கட்டிடங்களில் நைட் ஷிஃப்ட் நடந்து கொண்டிருந்தது. சிறுநீர் கழித்துவிட்டு நாகராஜன் பூங்காவுக்குள் நுழைந்தான். நகரம் பதினொன்றாம் நாளின் இரவில் இருந்தது.

“சார் உங்களுக்கு போன்” என்றபடி ஸ்டாஃப் ஒருவர் டாக்டரிடம் போனை நீட்ட, வாங்கி காதில் வைத்து “இதோ அரை மணி நேரத்துல வந்துடுறேன்” என்று போனை அணைத்தார். கிழிபட்ட தோலை தைக்கும்முன் உள்ளிருந்து எடுத்த பொருட்களை, ஸ்டாஃப் ஒருவர் நீட்டிய பீங்கான் பேசினில் வைத்தார். கை கழுவிவிட்டு வந்தவர் ஆழ்ந்து உறங்கிக்கொண்டிருந்த நோயாளியைப் பார்த்துப் பெருமூச்சு விட்டபடி மருத்துவமனையை விட்டு வெளியேறி தனது காரை ஸ்டார்ட் செய்தார். மறுநாள், ஒரு தினசரியின் நான்காம் பக்கத்தின் கீழே ஒரு பெட்டிச்செய்தியில் ‘மனநல மருத்துவனையில் நேற்று இரவு நடந்த ஆபரேஷன் ஒன்றில் 60

வயது முதியவரின் வயிற்றிலிருந்து 6 கிலோ பெறுமானமுள்ள இரும்புப் பொருள்கள் அகற்றப்பட்டன. மனநலம் பாதிக்கப்பட்ட அந்நோயாளி சென்னை பெருவெள்ளத்தில் குடும்பத்தை இழந்து இவர் மட்டும் தப்பிப் பிழைத்தவர். ஆபரேஷன் முடிந்த அவர் தற்சமயம் உயிருக்குக் கவலைக்கிடமாக இருப்பதாக அறுவைசிகிச்சை செய்த மருத்துவர் தெரிவித்தார்' என்று எழுதப்பட்டு இருந்தது.

பால்

“நம்மைக் கடந்து செல்லும் பாம்பு என்பது பாம்பாகத்தான் பார்க்கப்படுகிறதே தவிர இது ஆண்பாம்பா பெண்பாம்பா என்றெல்லாம் பார்க்கப்படுவதில்லை. ஆணோ பெண்ணோ எது தீண்டினாலும் மரணம் உறுதி. அதேபோல் ஆணோ பெண்ணோ பாம்புகளில் ரெண்டும் அழகு. பெரும்பாலும் நாம் சினிமாவில் காட்டப்படும் ரப்பர் பாம்பு அல்லது கிராபிக்ஸ் பாம்பைப் பார்த்திருப்போம். அல்லது சர்க்கஸில் பார்வைக்கு வைக்கப்படும் பல் பிடுங்கப்பட்ட பாம்புகளை. அவை அநேகமாக எனக்கு அருவருப்பைத்தான் உண்டு பண்ணியிருக்கின்றன. வயல் வெளிகளில் நீர்க்கரையில் எதேச்சையாக நம் கொல்லைப்புறத்தில் தென்பட்டுவிடும் பாம்புகளைப் பாதுகாப்பான இடத்தில் இருந்துகொண்டு நின்று நிதானித்து ரசித்திருக்கிறாயா... அவ்வளவு அழகு. நம்மைப்போல்” அவன் கண்களில் பாம்பின் சிரிப்பு. “பாம்பாட்டிகள் சில சமயங்களில் பல் பிடுங்குவதில்லை என்று கேள்விப்பட்டிருக்கிறேன். மகுடி நிறமும் பாம்பின் நிறமும் பாம்பு உறங்கும் கூடையின் நிறமும் ஒரே மாதிரி இருப்பதைப் பார்த்து ஆச்சரியப்பட்டிருக்கிறேன். மனிதர்களுக்கு ஆணென்ன... பெண்ணென்ன... பாம்பு. அவ்வளவுதான். நம்மைப்போல்” பெரிதாகச் சிரித்தான் இவன்.

அவனின் வாயிலிருந்த மதுவைக் கொப்பளித்து இவனின் உதடுகளில் ஒட்டிப் பொருத்தி திறந்த இவனின் வாயினுள் கொஞ்சம் கொஞ்சமாகப் புகட்டினான். கண்களை மூடி அவன் வாயிலிருந்து தன் நாக்கில் பட்டு இறங்கும் மதுச் சுவையை ரசித்து விழுங்கிய இவன், தொண்டைக்குள் இறங்கிய அவனின் எச்சிலை மதுவிலிருந்து பிரித்து ரசித்தான். அவனுக்குத் தெரியும் இவனின் எச்சிலின் தனித்தன்மை. அது சற்றே சூடாய், வெகு சொற்பமான தருணங்களில் மட்டுமே நுரையுடன் கூடிய எச்சில் இவன் நாக்கில்படும். பெரும்பாலும் அவனின் உதடுகளுக்குள்ளிருந்து நாக்கின் அடியிலும் பற்களிலும் ஈறுகளிலும் நாக்கிலும் என்று இவன்தான் பிசுபிசுப்பான திரவத்தை சேகரித்து விழுங்குவான்.

“நம்மில் ஆண் யார்? பெண் யார்?”

“இது என்ன மிக அபத்தமான கேள்வி. ஆமாம் ஏன் திடீரென்று?”

“ஒரு கட்டுரையில் படித்தேன். ஆண் ஆணாகவும் பெண் பெண்ணாகவும் இருந்து புணர முடியாது என்று. அப்படியென்றால் நம்மில் யார் ஆண்? யார் பெண்?”

“சிரிப்புதான் வருகிறது. நம்மில் யாருமே பெண்ணில்லை. நீ எனக்கான ஆண். நான் உனக்கான ஆண். எப்போதாவது உன் வாசனையை நீ உணர்ந்திருக்கிறாயா?”

“ம்... பலமுறை.”

“அனுபவித்து...?”

“யெஸ். மிகவும் பிடிக்கும் எனக்கு. அழுக்கைக்கூட நுகர்ந்திருக்கிறேன். குறிப்பாக...”

“போதும்...அதேதான். உன் வாசனை உனக்குப் பிடிக்கிறது. உன்னை நீ ரசிக்கிறாய். என் வாசனை எனக்குப் பிடிக்கிறது. என்னை நான் ரசிக்கிறேன். என்னைப் போலவே வாசனை உள்ள உன்னை நான் ரசிக்கிறேன். உன்னைப் போலவே வாசனை உள்ள என்னை நீ ரசிக்கிறாய். அவ்வளவுதான்.”

இவனின் கக்கத்து முடிகள் மழிக்கப்பட்டு லேசாக வியர்வை தென்படும் தோலில் அவன் உதடுகள் பொருத்தி சப்பிக் கடிக்கும்போதும் அதே கக்கத்தில் ரோமங்கள் நீக்காமல் வியர்வை காய்ந்து வெளிப்படும் அவனின் அப்பட்டமான மணத்தை ஒளித்து வைத்திருக்கும் அவ்விடத்தில் முகம் புதைத்து நாவால் தீண்டி ஈரப்படுத்தி மீண்டும் மீண்டும் நுகர்ந்து ரோமங்களைப் பற்களால் கடித்து இழுத்து...

“கடவுள் ஆணைப் படைக்கும்போது அலட்சியமாகவும் பெண்ணைப் படைக்கும்போது அதி சிரத்தையாக கவனமாகவும் படைத்திருப்பானோ?”

“ஹா ஹ... உனது சந்தேகத்தைத் தீர்க்கும் வழியில் எனது சந்தேகத்தையும் தீர்த்துக்கொள்கிறேன் எப்போதும். எந்த விதத்தில் பெண்ணைவிட ஆண் தாழ்ந்துவிட்டான்?”

“குழந்தை பெற்றுக்கொள்ளும் வழியில்...”

“ஷிட்.... பெண் தானாகவே பிள்ளை பெற்றுக்கொள்ள முடியாது தெரியுமா... ஒரு ஆண் வேண்டும் அதற்கும்.”

“குழந்தையைத் தாங்கும் சக்தியும் பெற்றுக்கொள்ளும் வலிமையும் பெண்ணுக்குத்தானே தந்திருக்கிறான்.”

“இதெல்லாம் பழங்கதை. இன்னும் நீ இதையெல்லாம் நம்பிக்கொண்டிருக்கிறாயா... சரி ஆணுக்கு கர்ப்பப்பை தராத கடவுள் எதற்கு மார்பகங்களைத் தந்திருக்கிறான்?”

“எதற்கு?”

“இதற்குத்தான்” என்றபடி அவனுக்கு வலதுபுறம் படுத்திருந்த இவன் ஒரு தாவு தாவி அவனின் மேல் படர்ந்தான். அவனின் இடது மார்பின் மீது தன் மீசையால் லேசாகத் தீண்டினான். தனது நாசியால் மார்பின் மேலும் கீழும் இடதுபுறம் வலதுபுறம் சுவாசித்தவன் மார்புக் காம்பினைத் தனது மேல் கீழ் உதடுகளால் கவ்வி சப்பத் தொடங்கினான். குழந்தை பால் குடிப்பதைப்

போல் காம்பினை மென்றபடி முழுமையாக அவன் ஒற்றை மார்பை வாயால் சப்பி உறிஞ்சத் தொடங்கினான். அவன் மண்டைக்குள் ஆயிரம் குட்டிப்பாம்புகள் நெளிந்து நெளிந்து நழுவின. இது புதிதில்லை என்றாலும் ஒவ்வொரு முறையும் அவனுக்குள் இப்படித்தான் நிகழ்கிறது. அவனின் மார்புக் காம்பினை மெல்லக் கடித்து இழுத்த இவன் நிமிர்ந்து இரு கைகளையும் இரு புறமும் ஊன்றியபடி அவன் மூக்கின் மீது தன் மூக்கை வைத்தபடி “புரியுதா... எதுக்குன்னு?” என்றான்.

“என்ன இது... நீயும் தினமும் இதேபோல்தான் செய்கிறாய். இப்படிச் செய்துசெய்து என் மார்பே தளர்ந்து போய்விட்டன. எனக்கொன்றும் பெரிதாய் இதில் ஏதும் தெரியவில்லை. நீ காம்பினைச் சப்பும் நேரம் என்னால் தாங்க முடியாத சந்தோஷம் உண்டாகிறது. அவ்வளவுதான்.”

“அவ்வளவுதான் என்று சாதாரணமாகச் சொல்லிவிட்டாய். உன் மார்புக் காம்பிலிருந்து நான் பால் உறிஞ்சுகிறேன். குடிக்கிறேன். அவ்வளவு சந்தோசம் எனக்கு. பால் குடித்த மயக்கத்தில் சிறு ஏப்பம்விட்டுத் தூங்கி விடுகிறேன். நீயோ இதைத் தாங்கமுடியாமல் துடிக்கிறாய். நெளிகிறாய். என் முதுகைக் கீறுகிறாய். இறுதியாய் உறிஞ்சி முடித்து உன் மார்புக் காம்பைக் கடிக்கும்போது ஒரு எம்பு எம்பி என்னைக் கடிக்கிறாய். பின்பு நீயும் களைப்பில் தூங்கிவிடுகிறாய். இவ்வளவு சந்தோஷம் கிடைக்கிறதே... போதாதா... சரி. நீ கேட்ட கேள்விக்கு பதில் இதுதான். எவ்விதத்திலும் உபயோகமற்ற மார்புகளை ஆணுக்குக் கொடுத்ததே இன்னொரு ஆண் அவன் மார்புகளில் உதடுகளால் விளையாடத்தான். பால் ஊறுவதையும் குடிப்பதையும் நான் உணர்கிறேன். உன்னால் உணர முடியவில்லையென்றால் காலப்போக்கில் நீயும் உணர்வாய்” அவன் வாயிலிருந்து இவன் வாயை எடுத்துவிட்டு மல்லாந்தான்.

“ஆரம்பித்த இடத்திலேயே வந்து நின்றுவிட்டாய்.”

"என்னது?"

"பெண் ஆணாய் உணர்வதும் ஆண் பெண்ணாய் உணர்வதும்... அதுதானே இங்கே நடக்கிறது."

"புலம்பாதே. நான் என்னைப்போலவே வாயும் மூக்கும் மார்பும் புட்டமும் குறியும் உள்ள இன்னொருவனுடன்தான் உறவு கொள்கிறேன். இதுபோல் இல்லாத பெண்ணுடன் அல்ல. உணவின் ருசி கனவில் தெரியாது என்பது போல்தான் இது. இது வேறு உலகம். வேறு காற்று. வேறு இருள். நீயும் நானும் வாழும் வாழ்க்கை அவ்வளவு எளிதில் எவரும் வாழ முடியாத ஒன்று."

"ஓஹோ... அது எளிதான வாழ்வு இல்லைதான். இங்கே ஆண்பால் உண்டு பெண்பால் உண்டு. இரண்டும் அல்லாத மூன்றாம் பால் உண்டு. நமக்கென்ன பெயர்?"

"தன்பால் புணர்வாளர்கள்."

"அப்படியென்றால் நீ உன்னையும் நான் என்னையுமா புணர்கிறோம்?"

"இல்லையே..."

"அப்புறம் எதற்கு அந்தப் பெயர்? தன்னைப்போலவே இருக்கும் இன்னொரு உடலுடன் என்றால் உலகில் நடமாடும் அத்தனை உடல்களுடனா உச்சம் எய்கிறோம். உனக்கு நானும் எனக்கு நீ மட்டுமே வாழும் இவ்வாழ்க்கைக்கு இன்னும் சரியான பெயர் சூட்டப்படவில்லை. இப்படிப் பல ஆண்டுக்காலமாக பெயரே இல்லாத ஒன்றுக்காகத்தான் நாம் போராடிக்கொண்டிருக்கிறோம். நாம் இதை வெளிச் சொல்வதற்குள் எவ்வளவு ரத்தம் சிந்த வேண்டியிருக்கிறது... எத்தனை பெரிய உயர் அந்தஸ்தை அடைய வேண்டியிருக்கிறது..."

"புரியவில்லை."

"இப்போது உன்னால் வீதியின் நடுவில் நின்று என் உடம்புடனான

தேடல் இவனுடன்தான் என்று உரக்கச் சொல்ல முடியும். ஏனென்றால் நீ அடைந்திருக்கும் உயரம், பெயர், பதவி, பணத்தின் வெளிச்சம் என்பதன் அர்த்தம் வேறு. வெளித்தெரியாத பல கிராமங்களில் பண வசதி இல்லாத சாதாரண கூலி வேலை செய்யும் ஒருவனுக்கு இந்த இச்சை இருக்காதா என்ன... அவன் இன்னொரு ஆணுடன் முத்தம் பகிர மாட்டானா, அவனுக்குத் தன்னைப் போலவே இருக்கும் இன்னொரு ஆணின் புட்டத்தின் சதையாட்டம் மோகம் தூண்டாதா... எங்காவது கேள்விப்பட்டிருக்கிறாயா? ஒரு கிராமத்திலிருந்து மூன்றாம் பாலினத்தவரோ தன்பால் ஈர்ப்பு கொண்டவரோ வெளிவந்து தன்னை வெளிப்படுத்தியிருக்கிறார்களா? அப்படி வெளிப்பட்டாக வேண்டுமென்றால் அவர்கள் முதலில் அந்தக் கிராமத்தை விட்டு வெளிவர வேண்டியிருக்கிறது. சிறு வயதில் நான் கிராமத்தில்தான் வளர்ந்தேன். இப்போது போனாலும் அந்தக் கிராமம் சூரியன் மறைந்தபிறகு காட்டும் நிறம் எனக்கு சற்றே பயம்கூட்டக் கூடியதாய்தான் இருக்கும். என்னவென்றே தெரியாமல் வலிக்க வலிக்க என் பின்புறத்துளையில் இறுகிய ஆண் ஒருவன் தன் வலிமையைச் செலுத்தியது கிராமத்தின் பால்யத்தில். காலமாற்றத்தில் என்ன நடந்தது? இப்போது பார்... உனக்காக நான் ஷேவ் செய்து சுத்தமாக வைத்திருக்கிறேன் ரகசியங்கள் கசியும் ஒரு துளையை. எத்தனை முறை என்றாலும் உனக்காக இறுக்கமாகும் ஒரு சொர்க்கத் துளையை."

"இப்படித்தான் ரசிக்க ஆரம்பித்துவிட்டால் படிப்படியாக உனக்கு உள்ளுக்குள் ஊற ஆரம்பித்துவிடும். எனக்கு புட்டத்துளையில் புணர்வது குறித்து பெரிதாய் ஆச்சரியம் எதுவுமில்லை. வேறு வழியில்லாத வழியில் கண்டடையும் வழிதானே அது. ஆனால், குழந்தையாய் இருக்கும்போது அம்மாவும் அப்பாவும் தொட்டுக் கழுவிய அருவருப்பான இடமில்லையா அது. ஒரு காலகட்டத்துக்குப் பின் அவரவராலே சரியாய் காண முடியாத மறைந்திருக்கும் ரகசியம் அது. அங்குதான் எவ்வித அருவருப்பும் இல்லாமல் உன் மூச்சு படுகிறது. உன் நாவின் நுனியால் அத்துளைக்குள் எதையோ தேடுகிறாய். வெளிச்சம், இருள், ஏன் இந்த உலகம்

அறுந்துபோய் பல் கடித்துக் கிடக்கிறேன். உன் பிசுபிசுப்பான எச்சில் ஈரம் துளை சுற்றிலும் படிந்து வழியும்போது எழும் வாசனை என் நாசியையே எட்டி உலுக்குகிறது. அங்கே கண் விழித்துக் கிடக்கும் உன் நாக்கு இரண்டாய் பிளவுற்று என்னை ரெண்டாய் கிழிக்கிறது. நமக்குள் எந்த அருவருப்பும் இல்லாமல் போனதே நம் காதலை அதிகப்படுத்துகிறது. புனிதப்படுத்துகிறது. ஆனால் இச்சமூகம் இது எதையுமே புரிந்துகொள்ளாமல் நம் உடல் கண்டு முகம் சுளிக்கிறது.”

அவன் சிரித்தான். “ஏன் சிரிக்கிறாய்?”

“நான் சிரிக்கிறதுக்கு ஒரு காரணம் உண்டு. நாம் யார் என்று தெரிந்தபின்புதான் நம்மை இவ்வுலகம் அருவருப்பாய் பார்க்கிறது. தெரியாதவரை நம் அருகில் அமர்ந்து பயணிக்கிறது. தியேட்டரில் பக்கத்து சீட்டில் அமர்ந்து சினிமா பார்க்கிறது. கடவுளுக்கான பிரார்த்தனையில் வரிசையில் நிற்கிறது. இந்த ஜனத்திரளில் நாமும் ஒன்றுதான், எல்லாம் தெரியும்வரை. தெரிந்தாலும் ஒன்றும் நிகழப்போவதில்லை. சட்டம் சரியென்று சொல்லப்பட்ட எத்தனையோவற்றை இந்த உலகம் விலக்கி வைக்கவில்லையா... அதுபோல்தான். முன்பு ஒருமுறை கேட்டாய் அல்லவா... பாம்பு என்பது பாம்பாய்தான் பார்க்கப்படுமே தவிர ஆண் பெண் வித்தியாசம் கிடையாது. அதுபோல்தான். மனிதர்களில் ஆண் பெண் வித்தியாசம் இருந்தாலும் எல்லோருமே பாம்புதான். நிறைய விஷமுள்ள இரட்டை நாவுள்ள பாம்புகள். சிலருக்கு விஷத்தின் நிறமும் மணமும் சுவையும் மிகப் பிடித்திருக்கிறது. இதைப்போல்.”

தளும்பி நின்று வழிந்த சுக்கிலத்தை நாவினால் நக்கிச் சுவைத்து உள்ளிழுத்துக்கொண்டவன் அவனின் விறைப்பை முழுவதுமாய் உள் வாங்கினான். சூடாய் பொங்கி வழிந்த உயிர்ப் பிசுபிசுப்பை உறிஞ்சி விழுங்கினான். இவன், “போதும் போதும்” என்று முனகியபின்பும் விடாது உறிஞ்சி விழுங்கியவன், “உன் மார்பிலிருந்து வரும் பாலுக்கும் இதற்கும் நிறைய வித்தியாசம் உள்ளது” என்றான்.

"கடைசிவரைக்கும் ஒத்துக்கொள்ள மாட்டாய்" என்றான் சின்னச் சிரிப்புடன் இவன்.

"என்னவென்று?" என்றபடி தொடை இடுக்கிலிருந்து நிமிர்ந்தான் அச்சதையினை மென்மையாய் கடித்தபடி அவன்.

"என் மார்பில் பால் என்று ஏதுமில்லையென்று."

இவனின் கையை எடுத்துத் தன் மார்பின் மீது வைத்து அழுத்தியவாறு, "புரியும். உனக்கும் உன் உலகத்துக்கும் ஒருநாள்." என்றான் அவன்.

"எப்போது?"

"நீயோ நானோ அல்லது எதுவுமே இல்லாமல் போகும்போது."

அவன் இறந்து பல வருடங்களுக்குப் பிறகான ஒருநாள் நிசியில் தன் மார்பிலிருந்து பெருகி வழிந்து வீதியெங்கும் பெருக்கெடுத்தோடிய பாலின் பிசுபிசுப்பைப் பார்த்தவாறு தன் இரண்டு கைகளாலும் மார்பினை அழுந்தப் பிடித்தபடி அழுதுகொண்டிருந்தவனின் நிர்வாண அழுக்கின் மீது சோடியம் வேபரின் மஞ்சள் தன் நிறத்தை மாற்ற முடியாமல் தவித்தபடி கிடந்தது.

எறும்பு

"ஜன்னல்தான் தெறந்து இருக்குல்ல... கூப்புட்டா வந்து திறக்க மாட்டேனா... கதவ போட்டு இந்தத் தட்டுத் தட்டணுமா?" என்றபடி கதவைத் திறந்த வசந்தி அப்போதுதான் குளித்ததைப் போல் அத்தனை மலர்ச்சியாய் இருந்தாள். இரு புருவங்களுக்கு நடுவில் லேசான குங்குமத் தீற்றல். உச்சந்தலையின் வகிட்டு ஆரம்பத்தில் ஒழுங்கற்று உறைந்திருந்த குங்குமம் நீளமான வெள்ளைநிற ஒற்றையடிப் பாதையின் முன்பான கதவு போல மூடியிருந்தது. சிறிய கொண்டை அவிழ்ந்துவிடக் கூடாதென மல்லிகைப்பூவால் ஏகப்பட்ட சுற்று சுற்றியிருந்தாள். ஃபேர் அண்ட் லவ்லி வாசனையும் மல்லிகைப்பூ வாசனையும் கலந்து பிரசாத்தின் சுவாசிப்பைத் தாண்டி தெருவுக்குச் சென்று கடந்துகொண்டிருந்த காற்றில் கலந்தது. பிரசாத் திரும்பிப் பார்த்தபடி, வீட்டின் உள்ளே நுழைந்தான்.

புருவம் உயர்த்தாமல் விழிகளை மட்டும் உயர்த்தி வசந்தியைப் பார்த்துக்கொண்டே வேகமாய் சட்டையைக் கழற்றினான். ஊஞ்சல் மீது சட்டையை வீசியவன், அதே வேகத்தில் பனியனையும் கழற்ற, "என்னங்க... அடி எதுவும் பட்டுடுச்சா" பதறினாள் வசந்தி.

தன் முதுகை அவளிடம் காண்பித்து, “எதுவும் பூச்சி கீச்சி இருக்கான்னு பாரு” என்றான். கண்களால் மேய்ந்தவள், கைகளால் தொட்டுத் தடவியபடி, “அப்பிடி எதுவும் தெரியலைங்க... ஏன் என்ன பண்ணுது?”

“ட்ரெயினை விட்டு எறங்குனதிலேர்ந்து எறும்பு ஊறுற மாதிரி ஒரே நமச்சல்... தட்டிப்பாத்துட்டேன். சொறிஞ்சும் பாத்துட்டேன். அடங்கல” ஆயிரம் எறும்புகள் ஊறுவதுபோல் முகம் சுழித்தான் பிரசாத்.

“கூட்ட நெரிசல்ல வர்றீங்க. வேர்வை கசகசப்பு வேற. போய் குளிங்க. ஃப்ரெஷ்ஷாகிடுவீங்க. வந்து சாப்புடலாம்.” குளித்துவிட்டு வந்து லுங்கியுடன் ஈரத்தலையைத் துவட்டிக்கொண்டிருந்த பிரசாத்தின் மார்பு முடிகளையே பார்த்த வசந்தி நீல நிற ஒளியில் அம்முடிகளில் தன் நாசி உரசியதைக் கண்களால் உணர்ந்தாள். அன்றிரவு படுத்து பத்து நிமிடம் கழித்து கட்டிலைவிட்டு இறங்கி லைட்டைப் போட்ட பிரசாத் “மெத்தையைத் தட்டித்தானே போட்டே” என்றான் கேள்வியாய்.

“ஏன் என்னாச்சு?”,

“முதுகுப்பக்கம் ஊறுற மாதிரியே இருக்கு” என்றவன் தன் பங்குக்குத் தலையணையை இருமுறை தட்டிவிட்டுப் படுத்தான். மார்பின் மீது விழுந்த வசந்தியின் கைகளை எடுத்துவிட்டு, “வேணாம்மா கசகசன்னு இருக்கு” என்று திரும்பிப் படுத்தான்.

ஒருவாரம் முடிந்து ஒருநாள், பாத்ரூமிலிருந்து “வசு...வசந்தி” என்று கத்தினான் பிரசாத். லன்ச் பாக்ஸில் சாப்பாட்டை வைத்துக்கொண்டிருந்த வசந்தி பதற்றத்துடன் பாத்ரூமை நோக்கி ஓடினாள், “டவல் உள்ள இருக்குங்க” என்றபடி. உடம்பின் இடதுபுறம் மட்டும் நனைந்திருக்க, ஜட்டியுடன் பாத்ரூமின் பாதிக்கதவைத் திறந்தபடி நின்றிருந்தான் பிரசாத். “இங்க பாத்தியா” என்றான் பாத்ரூமின் மூலையைச் சுட்டிக்காட்டியபடி.

பார்த்த வசந்திக்கு உள்ளுக்குள் சிரிப்பு வந்தாலும்

அடக்கிக்கொண்டு, "இதுக்குதான் இப்படி கத்துனீங்களா... இது மலையெறும்புங்க. ஒண்ணும் பண்ணாது. எங்கூர்ல புள்ளையார் எறும்புன்னு சொல்வாங்க. தண்ணி ஊத்துனா போயிடும். கடிக்கல்லாம் செய்யாது" என்றவளிடம், "அதெல்லாம் எனக்கும் தெரியும். காலைல நீ குளிக்கிறப்ப பாத்தீல்ல...அப்பவே தண்ணி ஊத்தியிருக்க வேண்டியதுதானே. பார்த்தாலே எரிச்சலா இருக்கு. ச்சை" வசந்தியை முறைத்தான்.

"என்ன நீங்க... வரவர எறும்புக்கெல்லாம் பயப்புட ஆரம்பிச்சிட்டீங்க",

"பயமும் இல்ல. மண்ணாங்கட்டியும் இல்ல...அருவருப்பாதான் இருக்கு" உலகத்துக் கோபத்தைக் கண்களில் காட்டியவன், ஒரு குவளை தண்ணீர் எடுத்து கறுப்பு வெள்ளை ஊர்வலமாய் பெருங்கூட்டமாய் அழகாய் அவசரஅவசரமாய் சென்றுகொண்டிருந்த எறும்புகளின் மீது விசிறினான். நனைந்த எறும்புகள் கண்களைச் சிமிட்டி நீர் உதறி உடல் சிலிர்த்துக் கண்ணுக்குத் தெரிந்த திசையில் நகரத்தொடங்கின முணுமுணுத்தபடி.

பிரசாத்தின் பெற்றோர்களுக்கு அவன் ஒரே பிள்ளை. அவர்களின் வயதான காலத்தில் வந்து பிறந்த பிள்ளை. பிரசாத் வளர்ந்து படித்து வளர்ந்து வேலைக்குச் சென்று வளர்ந்து திருமணம் முடிப்பதற்குள் அவர்களின் காலத்தில் நரை பூத்திருந்தது. தன் மகனின் திருமணக் கோலத்தைப் பார்த்த நிறைவில் அடுத்தடுத்த வருடங்களில் இருவரும் இறந்துபோக அவர்கள் வாழ்ந்த அந்தப் பழங்காலத்து வீடு மட்டுமே பிரசாத்துக்கு ஞாபக மிச்சமானது. வந்து சென்று அவ்வீட்டை நிறைக்கும் உறவுகள் எல்லாம் வசந்தியுடையதாயிருந்தன.

காலையில் ஆபீஸ் புறப்படும்போதே வசந்தி சொல்லியிருந்தாள். "ஈவ்னிங் சீக்கிரம் வாங்க. டாக்டரைப் பார்க்கப் போகணும்." ஏற்கெனவே பார்த்த டாக்டர்தான். கல்யாணமாகி ஐந்து வருடங்களாகியும் கரு தரிக்கவில்லையே என்ற அணுகலுக்குக் கிடைத்த பதில், "அஞ்சு வருசமெல்லாம் ஒரு கணக்கா... சில

பேருக்கு பத்து வருசமாகியும் குழந்தை உண்டாகியிருக்கு. எதுக்கும் டெஸ்ட் பண்ணிடலாம்.” இன்று ரிப்போர்ட் வாங்கவரச் சொல்லியிருந்த நாள். கிளினிக்கில் காத்திருந்து அவர்கள் முறை வந்ததும் உள்ளே சென்றார்கள். டாக்டரின் பார்வை பிரசாத்தின் மீதே இருந்தது.

“வசந்திக்கு எந்த ப்ராப்ளமும் இல்ல. ஷீ இஸ் நார்மல். பிரசாத்தின் செமன்லதான் கவுன்ட்டிங்க்ஸ் குறைச்சலா இருக்கு. ட்ரீட்மென்ட்ல சரி பண்ணிடலாம். இது ஜெனிட்டிக் ப்ராப்ளமாகூட இருக்கலாம். பிரசாத் அவர் பேரன்ட்ஸுக்கு லேட் பேபிதானே. அதனால கூட இருக்கலாம். டோன்ட் ஒர்ரி. சரியாகிடும்.”

வசந்திக்குதான் பெரும் ஆச்சரியமாக இருந்தது. எல்லாவிதத்திலும் அழகாய் இருக்கிற, அழகாய் சிரிக்கிற, சிரிக்கும்போது கண்களில் குழந்தைமை வழிகிற, மார்பில் முடிகள் அடர்ந்த, சமயங்களில் குளித்துவிட்டு வரும்போது சரியாகத் துவட்டாமல் மார்பின் முடிகள் மீது தேங்கி நிற்கிற நீர்த்துளிகள் சுமந்த, உடல் சேர்க்கையில் போதும் போதுமென்ற அளவுக்குத் தன்னை மூச்சுத்திணற வைக்கிற, வியர்வையிலே தனியாய் ஒரு ஆண்மை வாசனையைப் பரவவிடுகிற தன் கணவனிடம் ஒரு குழந்தைக்குத் தகப்பனாகும் தகுதியில்லையா? பிரசாத்தின் கை பற்றி ஆறுதலாய் அழுத்தினாள். ஏறிட்டுப் பார்த்த பிரசாத்தின் கண்களின் நிறம் மாறியிருந்தது. இருவரும் அதிகம் பேசிக்கொள்ளாமல் வீட்டுக்கு வந்தனர். சாப்பிடும்போதுதான் கவனித்தான். அவன் தட்டிலிருந்து சற்றுத் தள்ளி எறும்பு வரிசை தொடங்கியிருந்தது.

கூர்ந்து கவனித்தால் மட்டுமே தெரியக்கூடிய எறும்பும் வரிசையும். அவன் பார்வை எறும்புகளைப் பின் தொடர, தன்னிச்சையாகக் கை இட்லியைப் பிட்டுக்கொண்டிருந்தது. தரையிலிருந்து சுவர் நோக்கிச் சென்ற எறும்புகள் அங்கிருந்து தங்கள் பயணத்தை செங்குத்தாகத் தொடங்கி சட்டென்று இடதுபுறம் திரும்பி சீப்பு, பவுடர், எண்ணெய் வைக்கும்

கண்ணாடி ஸ்டாண்டைத் தொட்டு அங்கிருந்து எங்கோ சென்று கொண்டிருந்தன. சுவரின் பளிச்சென்ற வெளிர் நிற பச்சைப் பின்னணியில் நேர்கோட்டில் தங்கள் தேடலை நிகழ்த்திக்கொண்டிருந்தன எறும்புகள்.

வசந்தி நிமிர்ந்து பிரசாத்தின் முகத்தைப் பார்த்தாள். பிரசாந்தின் பார்வை சென்ற இடத்தை உற்று கவனித்தவள், “சித்தெறும்பு... எங்கேர்ந்து வந்துச்சின்னு தெரியலியே... இருங்க... எறும்பு மருந்தை எடுத்துட்டு வந்துடறேன்” எழுந்து அறைக்குள் சென்று வந்தாள். பிளாஸ்டிக் டப்பாவில் பிளாஸ்டிக் ஸ்பூன். எறும்பு மரண மருந்து. வரிசையைக் கவனித்து எறும்புகளைப் பின் தொடர்ந்தவள், “தேங்காயெண்ண பாட்டில் சாஞ்சிருக்கு. அதுக்கு வந்திருக்கு எல்லாம்” என்றபடி தரையிலிருந்து எறும்புகள் சுவர் ஏறும் இடத்தில் மருந்தைக் கொட்டினாள். கை கழுவிவிட்டு பிரசாத் அருகில் அமர்ந்தாள்.

“சொல்றேன்னு தப்பா நெனச்சிக்காதீங்க. ஒங்க அம்மா அப்பா வாழ்ந்த வீடுங்கிறதால இந்த வீட்டைவிட்டு வெளியே வர அடம் புடிக்கிறீங்க. நான் புதுசா சொல்றதுக்கு ஒண்ணுமில்ல. இந்த வீட்டை வித்துட்டு சென்னையில ஒரு ஃப்ளாட் வாங்கிடலாங்க. வாசல் திண்ணை, உள்ளே முற்றம், ஊஞ்சல், சுத்தி நாலு தூணு, கொல்லைல ஒரு முருங்கமரம்னு இந்த நூற்றாண்டு வீடா இது. எப்பவும் தரை சில்லுன்னு இருக்கு. இந்த மாதிரி வீட்ல இருக்கிறது நல்லதுதான். வாழத்தான் கஷ்டமாயிருக்கு” இட்லி மீது சட்னி ஊற்றினாள் வசந்தி. பிரசாத்தின் பார்வை இறந்துபோன எறும்புகள் மீதிருந்தன.

டாக்டரிடம் சென்றுவந்த பின்பு வசந்தியைப் பார்க்கும்போதெல்லாம் குற்ற உணர்வில் தவித்தான் பிரசாத். ஊரிலும் உறவினர்களிடம் இரண்டு பேரிடம் குறை என்று சொல்லியிருந்தாலும் குற்றவாளி தான்மட்டும்தானே என்று உணரும் நொடிகளில் அருவருப்பான எறும்புகள் பிரசாத்தின் உடம்பெங்கும் ஊர்ந்தன. தான் சிறு வயதிலேர்ந்து தொட்டு விளையாடிய தூண்களும் முற்றமும் திண்ணையும் விட்டுவிட்டு

செல்வதற்கு அவன் மனம் இடம் கொடாமல் இருந்தது. டாக்டர் ட்ரீட்மென்ட் தொடங்கியபின்பு வசந்தியுடன் முன்புபோல் சேர முடியாமல் திணறினான். மனரீதியான விருப்பமின்றி கடமைக்கு எனத் தொடும் பிரசாத்தின் அணைப்பில் முன்பிருந்த இறுக்கம் இல்லாதது வசந்திக்கும் உறுத்தலாயிருந்தது. வீட்டின் தரை தன் ஈரம் இழக்காமல் அப்படியே இருந்தது. எறும்புகள் போவதும் வருவதுமாய் இருந்தன. இருவர் கண்களுக்கும் தெரியாத எறும்புகள்.

ஆபீஸிலிருந்து வந்ததுமே பிரசாத்திடம் சொன்னாள். "பாத்ரூம் போறப்ப பாத்துப் போங்க. முருங்க மரத்திலேர்ந்து நெருப்பெறும்பு இங்க கிச்சன் வரைக்கும் வந்துடுச்சி. கதவைச் சுத்தி மருந்து போட்ருக்கேன். மிதிக்காம போயிட்டு வாங்க." அதையும் மீறி தன் காலைக் கடித்துவிட்ட எறும்புகளைத் திட்டிக்கொண்டே காலை உதறினான் பிரசாத்.

‘‘இதுக்கே இப்படியா... எங்க ஊர் பக்கம்லாம் கட்டெறும்பெல்லாம் கொடுக்கோட திரியும். ஒரு எறும்பு கடிச்சாலும் வலி உச்சிக்கு ஏறும். கொடுக்கு நம்ம வெரல்லதான் இருக்கும். அந்த வலியெல்லாம் நீங்க எப்படித் தாங்குவீங்களோ..." இந்த உலகத்திலேயே பிரசாத் அதிகம் வெறுக்கும் உயிரினமாய் போயிற்று எறும்பு.

ஒருநாள் மதியம் ஆபீஸில் மயங்கி விழுந்தான் பிரசாத். டாக்டரை சென்று பார்த்ததில் ஃபுட் பாய்ஸன் ஆகியிருப்பதாகவும் ரெஸ்ட் எடுத்தால் சரியாகிவிடும் என்று இஞ்ஜெக்ஷன் போட்டு அனுப்பி வைத்தார். ஆபீஸ் ஸ்டாஃபின் பைக்கில் வீட்டுக்கு வந்து இறங்கினான் பிரசாத். ஜன்னல் மூடியிருக்க கதவைத் தட்டினான். திறக்கப்படவில்லை. பெயர் சொல்லி அழைக்க அக்கம்பக்கத்தினர் எட்டிப் பார்த்தனர். போன் செய்தான். ரிங் போய்க்கொண்டே இருந்தது. பத்து நிமிடத்துக்கும் மேல் எடுக்கப்படாமல் போக எரிச்சலானான். ஊசி போட்டிருந்ததும், பைக்கில் வந்த அசதியும் உடல் அளவில் களைப்பாக்கியிருக்க, திறக்கப்படாத கதவு மனதளவில் தளர்த்தியிருந்தது. நிற்க

முடியாமல் தவித்தான். பொறுமை இழந்த கணம் கதவு திறக்கப்பட்டது. ஆத்திரத்துடன் நிமிர்ந்த பிரசாத்தின் கண்களில் ஈரக்கூந்தலில் டவலைச் சுற்றியிருந்த, மார்புவரை பாவாடையை ஏற்றிக் கட்டியிருந்த, வெறுமனே புடைவையை உடம்பின் மீது சுற்றியிருந்த வசந்தி தென்பட்டாள். வீட்டுக்குள் பிரசாத் நுழைந்ததும் வசந்தி உடனே கதவைமூட அவளின் கன்னத்தில் வேகமாய் இறங்கியது பிரசாத்தின் கை. முள் கிழித்ததுபோல் கன்னம் எரிந்தது வசந்திக்கு. “இப்ப எவன் வர்றான்னு குளிச்சு முடிச்சி சீவி சிங்காரிக்கப் போற. அரைமணி நேரமா கதவ தட்டிட்டுருக்கேன்... ச்சே” எரிச்சல் பரவிய கையை உதறிக்கொண்டான் பிரசாத்.

மறுநாள் பிரசாத் வீட்டுக்கு வரும்போது ஜன்னல் மூடியிருந்தது. கதவு திறந்திருந்தது. திறந்ததும் வீடு வெளிச்சமாயிருந்ததை ஆச்சரியமாய் கவனித்தபடி உள் நுழைந்தவன், வலதுபக்கம் உத்திரத்திலிருந்த ஃபேனிலிருந்து கயிறு மாட்டி அதன் சுருக்கில் கழுத்தை நுழைத்து இறுகித் தொங்கிக்கொண்டிருந்த வசந்தியைப் பார்த்தான். பிரசாத்தின் அலறலில் அவ்வீதி அவன் வீட்டுக்குள் கூடியது. யாரோ போலீஸுக்கு போன் செய்தார்கள். விழிகள், நாக்கு வெளித்தள்ளி தொண்டை இறுகியிருந்ததில் நரம்புகள் புடைத்துக்கொண்டிருந்தன. கழுத்தைச் சுற்றியிருந்த பழைய கயிற்றின் முடிச்சில் சிறு பிசிறொன்று நீட்டிக்கொண்டிருந்தது. இறுகி மூடியிருந்த வசந்தியின் கையில் இருந்த பேப்பரைப் பிரித்துப் படித்தான் பிரசாத்.

‘எங்கள் கல்யாணத்தின்போது யாரோ சொன்ன வார்த்தைகள் அந்த மேளச் சத்தத்தையும் மீறி என் காதில் கேட்டது. கேட்டிருக்கக் கூடாதுதான். என்னதான் இருந்தாலும் அழகுலேயும் கலர்லேயும் மாப்பிள்ளையவிட பொண்ணு ஒரு பிடி கம்மிதான்.’ என் கணவர் மிக அழகானவர். பார்வைக் குறைபாடு என்று கண்ணாடி போட்டதும் இன்னும் அழகானார். நிஜமாகவே அழகிலும் கலரிலும் என் கணவரைவிட நான் குறைந்தவள்தான். சொல்லப்போனால் அவருக்குக் கொஞ்சமும் பொருந்தாதவள். ஆனாலும் இந்த ஐந்து வருடங்கள் நாங்கள்

மிக நன்றாகவே வாழ்ந்தோம். குழந்தையில்லா குறையைத் தவிர இந்த வீடு எந்தக் குறையும் இல்லாமல்தான் இருந்தது. என்னால் ஒரு குழந்தைக்குத் தாயாக முடியாது என்பதையும் மீறி அவர் என்னை நேசித்தார். என் கணவர் அழகில் மட்டுமல்ல; குணத்திலும் அழகானவர். அவர் நலனுக்காகத்தான் இந்த முடிவெடுத்தேன். என்னை மன்னித்து விடுங்கள்'

வசந்தி சாவதற்கு முன் ஒருமுறை குளித்திருந்தாள். தலையில் சிறிய கொண்டையிட்டு மல்லிகைப்பூ சுற்றியிருந்தாள். கயிறு இறுகும்போது உடம்பு உதறியதில் புடைவை லேசாக நெகிழ்ந்திருந்தது. முகத்து கிரீம் வாசனை அந்த இடத்தில் பரவியிருந்தது. யாரோ கவிழ்ந்திருந்த ஸ்டூலை நிமிர்த்தி வைத்தார்கள். தலையில் கை வைத்தபடி சுவரோரம் சாய்ந்து உட்கார்ந்தான் பிரசாத். அவன் காலை உரசியபடி கிடந்தது வசந்தியின் கழுத்தை இறுக்கிய கயிறு. கயிற்றிலிருந்து வந்த கட்டெறும்பொன்று பிரசாத்தின் பேண்ட்டில் ஏறி சட்டைக்கு வந்து அவன் விரலைக் கடித்தது. உதறினான். கொடுக்கை அவன் விரலில் விட்டுவிட்டு பறந்து வாசலில் நின்ற எறும்புக்கு ஒரு வாலும் ஒரு துதிக்கையும் இருந்ததைப் பிரசாத்தின் கண்கள் கவனித்தன.

தூக்கம்

இரவு 10 மணிக்கு மேல் அவனுக்கு அந்த எண்ணம் தோன்றியது. 9 மணிக்கு செட்டிநாடு ஹோட்டலில் பரோட்டா சாப்பிட்டான். அப்போது கவனமெல்லாம் பரோட்டாவின் மேல் ஊற்றப்பட்ட சால்னாவில் லேசாய் தென்பட்டுக்கொண்டிருந்த கறி வாசனையில் இருந்தது. அதைத் தவிர்த்து பரோட்டா சாப்பிடக் காரணமாயிருந்த ஊருக்குச் சென்றுவிட்ட மனைவி மகன் மீதிருந்தது. இருவரும் இருந்திருந்தால் இந்த பரோட்டா டின்னர் நிகழ்ந்திருக்காது. இவ்வளவுக்கும் இவன்தான் அறிவுரை கூறுவான், பரோட்டா சாப்பிடுவது எத்தனை கெடுதலென்று. ஒரே ஒருநாள் மட்டும் என்று மனைவியும் மகனும் கெஞ்சினாலும் பிடிவாதமாய் மறுத்துவிடுவான். அவர்கள் கண்ணுக்கு அப்போது அவன் எப்படித் தெரிவானென்று நினைத்து சிரித்துக்கொள்வான். அவன் ஏன் சிரிக்கிறான் என்று அவர்களுக்கும் தெரியும். ஆனாலும் ஒரு ரகசிய ஆசையாய் கல்லில் கிடந்து வெந்துகொண்டிருக்கும் அவனுக்கான பரோட்டா. மனைவியும் மகனும் ஊருக்குச் செல்லும்போது மட்டுமே அந்த பரோட்டா புரட்டிப்போடப்படும். அது ஒரு அபூர்வ நிகழ்வு. அந்த அபூர்வமென்பது இவனுக்கான பரோட்டா தட்டில் வைப்பதை விட அரிதாய் நிகழும் ஒன்று.

நான்கு பரோட்டாக்களை சால்னாவில் முக்கியடித்து உபரியாய் ஒரு ஆஃப் பாயிலுடன் இரவுணவை முடித்தபோதுகூட அவனுக்கு அப்படி எதுவும் தோன்றவில்லை. கதவைத் திறந்து வீட்டுக்குள் நுழைந்து சோபாவில் அமர்ந்து டிவியை ஆன் செய்தான். கையில் இருந்த ரிமோட்கூட ஓர் அபூர்வ நிகழ்வுதான். மனைவிக்கு சீரியல், மகனுக்கு ஏதோ ஒரு கார்ட்டூன் சேனல் என்று ஒதுக்கப்பட்டுவிட்டதால் இவன் அதிகம் டிவியைத் தேடுவதில்லை. அதுவுமில்லாமல் ஆபீஸ் முடிந்து இந்நகரத்தின் போக்குவரத்து சிவப்பையும் பச்சையையும் அணைத்துமுடித்து வீட்டுக்கு வந்தால் போதும் என்று அலுத்து வருபவனுக்கு இந்தத் தொலைக்காட்சி விருப்பமற்ற ஒன்று. தொலைக்காட்சியில் ஏதோ பழைய படம் ஓடிக்கொண்டிருந்தது. கறுப்பு வெள்ளை காட்சிகளை வைத்துதான் பழைய படமென்று தீர்மானித்திருந்தான். அப்போதுதான் ஒரு காட்சியாகவோ எழுத்துருவாகவோ அவன் மூளைக்குள் சில நொடிகள் தோன்றி மறைந்தது ஒரு பிம்பம் அல்லது எண்ணம். 'விடியறதுக்குள்ள நாம செத்துடுவோமோ...'

ஒரு ஃப்ளாஷ் வெளிச்சம்போல் இப்படி ஒன்று அவனுக்குள் தோன்றிய அடுத்தநொடி அவனுக்கு வயிறு வலித்தது. மலம் கழிக்க வேண்டுமெனத் தோன்றியது. மனைவி மகனுக்குத் தெரியாமல் சாப்பிட்ட பரோட்டா மீது பழியைப் போடாமல் வெஸ்டர்ன் டாய்லெட் சென்று அமர்ந்தான். அந்தக் குழப்பமான எண்ணம் அதிகமானது. எதற்கு இப்படித் தோன்றுகிறது என்ற பதற்றத்திலே அவசரஅவசரமாய் வெளியே வந்தான். டிவியை அணைத்தான். அவனுக்குள் அந்த எண்ணமே மீண்டும் மீண்டும் சுற்றியடித்தது. இப்படி தான் மட்டும் தனியாய் இருக்கும்போது தோன்றிய எண்ணம் எதன் பொருட்டு என்று திரும்பத் திரும்ப நினைத்தான். எதுவும் புரியாமல் தலையை அழுந்தப் பிடித்துக்கொண்டான். படுக்கையில் வந்து படுத்தான். லேசாக மூச்சுத்திணறுவதுபோல் இருந்தது. எழுந்துவந்து மீண்டும் சோபாவில் அமர்ந்தான். அறை லைட் எரிந்துகொண்டிருந்தது. ஹாலிலும் அப்படியே. பாத்ரூம் லைட் ஏற்கெனவே எரிந்துகொண்டுதான் இருந்தது.

பாத்ரூம் கதவு மூடியிருந்தது. வீடு முழுவதும் வெளிச்சத்தில் இருக்க அவன் விடிவதற்குள் மரணித்துவிட மாட்டோம் என்று முழுமையாய் நம்பினான்.

பெயின்ட் தயார் செய்யும் கம்பெனியில் உயர் பதவி. நேரிடையாக பெயின்ட்டுக்கும் அவனுக்கும் எந்தச் சம்பந்தமுமில்லையென்றாலும் பிரமாண்டமான கட்டடத்தையோ மிகப்பெரிய வண்ணமயமான வீட்டையோ கடக்கும்போது இவனுக்குள் புதிதாய் ஒரு வண்ணம் லேசாய் ஒரு தீற்று தீற்றிவிட்டுச் செல்லும். புன்னகைத்துக்கொள்வான். மனைவி என்பதற்கு இவனுக்கு சரியான அர்த்தம் தெரியாது. ஆனால் அழகான மனைவியின் கம்பீரம் என்றால் அது அவன் மனைவிதானென்று உறுதியாய் நம்பினான். அவனின் பால்ய நாட்களையெல்லாம் ஞாபகப்படுத்தியபடி வளரும் அவன் மகனின் சிரிப்பு நினைவுக்கு வந்தது. இவர்களையெல்லாம் விட்டுவிட்டு அவன் மட்டும் இறந்துபோகிறதுபோல் அத்தனை பலமாய் ஒரு வரி மனதில் உதிர்ந்ததும் தலையை வேகமாய் ஆட்டி அவ்வெண்ணத்தைக் கலைத்தான். இதற்கு மேல் வேகமாய் சுற்றமுடியாது என்றபடி சுற்றிக்கொண்டிருந்த ஃபேனையே கவனித்தவன் அவனது நெற்றி, முகம் எங்கும் படிந்திருந்த வியர்வையைத் துடைத்துக்கொண்டபடி எழுந்தான். இன்னொரு ஃபேனின் சுவிட்சினைப் போட்டான்.

நிறைந்த சம்பளத்தில் உயர் பதவி, எவ்விதப் பிரச்சனையுமில்லாத குடும்பவாழ்வு இவற்றையெல்லாம் விட்டுவிட்டு அவன் மட்டும் இவ்வளவு சீக்கிரம் இறந்துபோவதை நினைத்து முதலில் பயமாகவும் பிறகு வெறுப்பாகவும் பின் வருத்தமாகவும் இருந்தது. மனைவிக்கு போன் செய்து சொன்னால் மனதுக்குக் கொஞ்சம் ஆறுதலாயிருக்குமென்று நம்பினான். ஊருக்குச் சென்றிருப்பவர்களை ஏன் பயமுறுத்த வேண்டும் என்று உடனே அந்த எண்ணத்தை அழித்தான். தான் அவ்வளவு சீக்கிரம் இறந்துவிட மாட்டோம்... இது ஏதோ ஒருவித பிரச்சனை, தற்காலிக பயம் சிறிது நேரத்தில் உடலும் மனதும் இயல்பாகிவிடும் என்று நம்பும்போதே வேறு ஏதோ ஒன்று

அவ நம்பிக்கையாய் உள் எழுவதைக் கவனித்தவன் இரண்டு ஃபேன் சுற்றியும் ஏன் இப்படி வியர்க்கிறது என்று குழம்பினான். ஜன்னலைத் திறந்து வைத்தால் கொசு வந்துவிடும் பயமும் இருந்தது அவனுக்கு. கொசுவந்து அவனைத் தூங்கவைக்கப் போவதில்லை, அவனது மரணத்திலிருந்து அவனைக் காப்பாற்றப் போவதுமில்லையென்று அழுத்தமாக ஓர் எண்ணம் வந்தது. அதே நேரம் அபத்தமாகவும் பட்டது அவனுக்கு. நகரத்தில் ஏழை, பணக்காரன், குடிசை, அபார்ட்மென்ட் வித்தியாசமில்லாமல் வாழும் ஒரே உயிரினம் கொசு மட்டும்தானே என்று சம்பந்தமில்லாமல் அவன் ஞாபகத்தில் வந்துபோனது. நான்கு சுவர்களுக்குள் அடைபட்ட உணர்வு பயமுறுத்தியது. பெட்ரூமில் ஏசி இருக்கிறது. உள்ளே செல்ல சின்னதாய் ஒரு பயம் இருந்தது. இந்த வயதிலேயே இப்படி ஒரு வாழ்க்கை கிடைத்த தனக்கு ஏன் இவ்வளவு சீக்கிரம் இப்படி ஒரு மரணம் நிகழ வேண்டும் என்ற கேள்வி மட்டும் மீண்டும் மீண்டும் அவனுக்குள் தன்னை எழுதிக்கொண்டே இருந்தது. எங்கேயோ படித்ததோ யாரோ சொன்னதோ அவனுக்குள் தோன்றி புதிதாய் ஒரு பூட்டு திறக்கும் செயலை நிகழ்த்திக்கொண்டிருந்தது.

நிறைவாழ்வு வாழ்பவர்கள் மனதில் அவ்வப்போது இதுபோன்ற எண்ணம் தோன்றி மறைவது உளவியல் ரீதியாக சாதாரணமான ஒன்றுதானே என்ற குரல் அவன் காதுக்குள் கேட்ட சமயம் யதேச்சையாக பார்வை கடிகாரத்தின் மீது சென்றது. அவன் இதயத்தில் நொடிமுள் மிக மெதுவாய் நகர்ந்து நின்றது. 12 மணி. கிட்டத்தட்ட இரண்டுமணி நேரமாய் இதைப்பற்றித்தான் சிந்தித்துக்கொண்டிருக்கிறோமா... ச்சே என்ன இது? தான் இறந்துவிடுவதுபோல் எந்தச் சம்பவமோ பேச்சோ கனவோ முந்தைய நாட்களில் எதுவும் நிகழவில்லையே என்பதுவேறு குழப்பமாய் இருந்தது அவனுக்கு. அவனுக்குத் தெரிந்த கடவுள்களை மனதுக்குள் வழிபடத் துவங்கினான். காலையில் சிடியில் கேட்கும் சுப்ரபாதமோ காயத்ரி மந்திரமோ கணபதி அகவலோ இளையராஜாவின் புத்தம்புது காலையோ வரிசைப்படி ஊர்வலம் போயின. சிறுவயதில்

ஊரில் இருக்கும்போது கெட்ட கனவுகண்டு நடு ராத்திரி விழித்துக் கத்தினால் அவன் அம்மாதான் சாமி ரூமிலிருந்து விபூதி எடுத்துவந்து நெற்றியில் பூசிவிடுவாள். அதுபோல் இப்போது செய்தால் தூக்கம் வருமா? நகரத்துக்கு வந்த பிறகு சாமி ரூம் என்று தனியாய் அமைந்தபிறகு பெரிதாய் சாமியெல்லாம் பற்றி யோசிப்பதில்லை. அது சாமியின் அறையாயிற்று. அவ்வளவுதான். விபூதி பற்றிய யோசனையைக் கைவிட்டான். மற்ற எந்த ஃப்ளாட்டிலும் எந்தச் சத்தமும் இல்லாமல் இத்தனை அமைதியாக இருக்குமா இந்த இரவு? ஏன் மற்ற ஃப்ளாட்டில் எல்லோரும் தூங்கிவிட்டார்களா? 12 மணிக்குள் இந்த நகரம் இப்படியான மௌனத்துக்குள் தனனைப் புதைத்துக்கொள்ளுமா? கேள்விக்குறியின் அளவு அவனுக்குள் பெரிதாகிக்கொண்டே போனது.

அவனது மரணம் குறித்து ஏதோ செய்தி சொல்வதாய் இருந்தது அவனுக்கு அவ்விரவு. அவனுக்குதான் இந்நகரின் நடுமை என்பது எப்படி இருக்குமென்று தெரியாதே. கதவு திறந்து வெளியே சென்று பார்க்கலாமா... வராந்தாவில் நடந்துசென்று இந்த மூன்றாவது மாடி சிட் அவுட்டின் மேலிருந்து இந்நகரத்தின் இரவை உற்று கவனிக்கலாமா... அவன் தொந்தரவில் விழித்துக்கொள்ளும் இந்த இரவாவது அவன் மரணத்தைத் தள்ளிப்போடாதா... ஏதேனும் ஒரு நாயின் குரைப்புச் சத்தம் அவனது இத்தகைய மனநிலையைக் குலைத்துப்போட்டு விடாதா... தலையில் பட்டென்று அடித்துக்கொண்டான். என்ன யோசித்தாலும் அவனுக்கு மீண்டும் மீண்டும் அவனது மரணம் நினைவுக்கு வந்துகொண்டே இருந்தது. இப்போது வெளியேசென்று உறங்கிக்கொண்டிருக்கும் மற்றவர்களைத் தொந்தரவு செய்ய வேண்டுமா என்ற யோசனையும் அவனுக்குள் ஓடியது. நாளை விடிவதற்குள் அவன் இறந்துவிடுவான் என்று அவர்களிடம் சொன்னால் அவனைப் பைத்தியம் என்று நினைக்க மாட்டார்களா... அது மேலும் அசிங்கமாகிவிடாதா... ஏன் ஒரு சாட்சியை வைத்துக்கொண்டு அவன் இறந்துபோக வேண்டும் என்று சிந்தித்தான். எழுந்தான்.

உறங்காமல் விழித்தபடி இருந்தால் இப்படித்தான் கண்டபடி எண்ணம் ஓடும். படுக்கையறைக்குள் நுழைந்தான். மொபைலை எடுத்து பாடல்கள் இருக்கும் பகுதிக்குச் சென்று ஓப்பன் செய்தான். இளையராஜா பாடல்கள். எத்தனையோ பேருக்கு இரவுத்தாயாய் தாலாட்டி தூங்கவைக்கும் இளையராஜா அவனை உறங்கவைத்து அவன் மரணத்தைத் தள்ளி வைக்க மாட்டாரா... சின்னதாய் புன்னகைத்தான். இப்படியெல்லாம் எப்போதும் தான் இல்லையே என்பதை நினைத்துக் கவலைகொண்டான். இந்த இளையராஜா பாடல்கள்கூட மற்றவர்கள் சொல்லியதுதான் அவனுக்கு. படுப்பதற்கு முன் பாடல்கள் கேட்டால் தூக்கம் வரும் என்றெல்லாம் அவனுக்கு நம்பிக்கையில்லை. இருந்தாலும் தலையாட்டியபடி பாடல்களைத் தேர்வுசெய்து மௌனமான நேரம் இளம் மனதில் என்ன பாரம் என்ற பாடலைக் குறைவான சவுண்டில் வைத்தான். எஸ். ஜானகியின் குரல் அறையின் செயற்கை குளிரை மேலும் குளிராக்கியது. லைட்டை ஆஃப் பண்ணிவிட்டு படுத்தான். கண்ணை மூடினான். கைக்கெட்டும் தூரத்தில் மொபைலை வைத்துக்கொண்டான். தூக்கம் கண்ணைச் செருகும்போது கவனமாய் மொபைலை அணைக்க அதுதான் வசதியாய் இருக்கும். மௌனமான நேரம் முடிந்தது. அடுத்த பாடல் துவங்கியது. புரண்டு படுத்தான். பாடல்கள் வரிசைகட்டி வந்துகொண்டிருந்தன. ஒவ்வொரு பாடலும் அப்பாடல் சம்பந்தப்பட்ட ஏதோ ஒன்றை அவன் மூளையில் பழைய ஞாபகங்களின் சாட்சிகளாய் ஓடவைத்துக் கொண்டிருந்தன. மல்லாந்து படுத்து மார்பின்மீது இரு கைகளையும் வைத்தபடி நீளப் பெருமூச்சு விட்டவன் வினோதமாய் ஏதோ ஒன்று உறுத்த மொபைலை எடுத்துப் பார்த்தான். மணி 2: 30 என்று காட்டியது. லேசாகக் கை நடுங்கியது. எழுந்து உட்கார்ந்து இரண்டு கைகளாலும் தலையை இறுகப் பிடித்துக்கொண்டான். அப்படியென்றால் இரண்டுமணி நேரம் பாட்டு மட்டுமே கேட்டுக்கொண்டிருந்திருக்கிறோம். தூங்கவில்லை. தூக்கமும் வரவில்லை. ஆழ்ந்த உறக்கம் என்பதே 12 லிருந்து 3 வரைக்கும்தானே... அப்படிப்பட்ட

உறக்கத்தைக் காணாமலடித்துவிட்டதை உணர்ந்தான். இனிமேல் உறங்கி என்னாகப் போகிறது. கண்கள் எரிச்சலில் மிதப்பதை வெறுத்தான். இதயத்தின் படபடப்பு அவன் உள்ளங்கையில் தெரிந்தது. மொபைல் எடுக்கும்போது கை நடுங்கியதை கவனித்து அதிர்ந்தான். எதற்கான அறிகுறி இது? மரணத்தை நோக்கிய பயணத்தில் இருக்கிறேனோ... அவ்வளவுதானா எல்லாம்... வாழ்ந்தது போதுமா... அழுகை வந்தது அவனுக்கு. பாட்டை நிறுத்திவிட்டு அறையை விட்டு வெளியே வந்தான்.

ஹாலில் லைட் எரிந்துகொண்டிருக்க ஒரு நொடி தயங்கினான். லைட்டையும் ஃபேனையும் அணைக்காமல் சென்றுவிட்டதை அவன் மூளை தாமதமாக உணர்ந்தது. மனம் குழம்பியதுதான் இதற்குக் காரணமா என நினைத்தவன் இல்லைஇல்லை இது வேறுவிதமானது இப்படி ஒரு ராத்திரி தூங்காவிட்டாலெல்லாம் எவரும் செத்துவிட மாட்டார்கள் என்பதை மனதுக்குள் வலிமையாய் நிறுத்திக்கொள்ள முயன்றான். கூடவே அப்படிச் சாவதில் தான் ஏன் முதல் ஆளாக இருக்கக் கூடாது என்றொரு எண்ணமும் வால் பிடித்தபடி வந்தது. எந்த வியாதியும் இல்லாமல் எத்தனையோ பேர் இறப்பதில்லையா... அதுபோல் இவனும் இறந்துவிடுவானா... அவனுக்குத் தோன்றிய எண்ணம் உண்மைதான். அதுதான் தூக்கம் இல்லாமல் இப்படி வதைக்கிறது. அவன் தன் எண்ணத்தை முழுமையாக நம்பினான். இப்படி நம்பி நம்பித்தான் வாழ்க்கையில் முன்னேறினான். இப்போது சாவிலும். இவனது மரணம் என்பது இப்படித் தூங்காமல் விடியவிடிய விழித்திருந்து நடக்கப் போகிறதோ... தனது மரணம் வித்தியாசமான ஒன்றாக இருக்க வேண்டுமென எப்போதோ விரும்பியவன்தான். அது எப்படிப்பட்ட வித்தியாசம் என்பதை இப்போது உணர்ந்தான். ஒருநாள் தூங்காமல் இருந்தால் எதுவும் விபரீதமாய் நடந்துவிடப் போவதில்லை என்று உள்மனம் நம்பியது. அதே ஆழ்மனத்தில் உருவான விடிவதற்குள் தான் செத்துவிடுவோம் என்ற எண்ணம்தான் இப்படிப் பாடாய்படுத்துகிறது என்பதையும் அறிந்தான். இப்படி இருப்பது நோயா, மூளையில் நிகழும் ரசவாதமா என கூகுளில் தேடலாமா என்று யோசித்தான். மூன்று மணிக்கு மேல்

எதற்கு தேவையில்லாமல் நெட்டை ஆன் செய்ய வேண்டும் என வேண்டாமென்று தீர்மானித்தான். மணி மூன்றுதானா என்பதை உறுதி செய்துகொள்ள கடிகாரத்தைப் பார்த்தான். 3: 51 என்று நியான் பச்சை ஒளிர்ந்தது. இன்னும் சற்று நேரத்தில் விடிந்துவிடுமோ... வாக்கிங் கிளம்பிப் போகலாமா என்று நினைத்தான். வீட்டுக்குள்ளே இருப்பதனால் இப்படியெல்லாம் மோசமான எண்ணம் வந்து தூங்காமல் படுத்துகிறதோ என்று யோசித்தவன் அப்படியே சோபாவில் சாய்ந்தான்.

தலையை வலிப்பதுபோல் இருக்க அடிவயிறு கனத்திருந்தது. எரிந்துகொண்டிருந்த லைட்டை அணைத்து விடலாமென எழுந்தவன் டாய்லெட் சென்று சிறுநீர் கழித்து வந்தான். பசித்தது. ஃப்ரிட்ஜைத் திறந்து பார்த்தான். ப்ரெட்டும் ஜாமும் இருந்தது. எடுத்து ஒரு ப்ளேட்டில் வைத்துக்கொண்டு டைனிங் டேபிளில் அமர்ந்தான். இப்படி யாராவது விடியவிடிய தூங்காமல் விழித்திருந்து 4 மணிக்கு ப்ரெட் சாப்பிடுவார்களா... ப்ரெட்டை பிட்டு ஜாமில் தோய்த்து வாயில் திணித்தவனின் யோசனை அப்படியே ஒரு நொடி நின்றது. ஒருவேளை திடீரென மரணிப்பவர்களுக்கு இப்படித்தான் சம்பந்தமில்லாமல் பசிக்குமா? மூளையைப் பிறாண்டிய கேள்விகளுடன் சாப்பிட்டு முடித்தான். உடலில் புத்துணர்ச்சி கூடியதுபோல் இருந்தது. வாஷ்பேசின் சென்று கை கழுவியவன் டவலில் கை துடைத்தபடி ஜன்னல் கண்ணாடி பார்த்து புருவங்கள் சுருக்கினான். சாம்பல் நிறத்தில் இருந்தது ஜன்னல். லேசாக நீர் படிந்திருந்தது. ஒரு நீரின் ஆரம்பம் கண்ணாடி மேலிருந்து வழிந்ததைக் கவனித்தான். விடிந்தே விட்டதா... வாக்கிங் போகலாம் என ஆவல் எழுந்ததை ஆச்சரியமாய் கவனித்தவன் தூங்காமல் வாக்கிங் போனால் எதுவும் ஆகிவிடாதாவெனக் கேள்வி தொக்கிநிற்க வேண்டாமெனத் தீர்மானித்தான். போகிற உயிர் இந்த வீட்டிலேயே போகட்டும். ஆமாம் அப்படியே இப்போது இறந்துவிட்டாலும் மற்றவர்களுக்கு எப்படி தெரியப்படுத்துவது? இதென்ன மடத்தனமான யோசனையாய் உள்ளது. தலையின் பின்புறம் தட்டிக்கொண்டான். எல்லோரும் தாங்கள் இறந்ததைத் தாங்களேவா தெரியப்படுத்திக் கொண்டிருக்கிறார்கள்.

பெரும் குழப்பமாய் இருந்தது அவனுக்கு. ஒன்று மட்டும் முடிவெடுத்தான். கதவைத் திறந்துவைத்துவிட்டு இறந்துபோய் விடலாம். அனாவசியமாய் ஏன் கதவை உடைத்துக்கொண்டு மற்றவர்கள் உள்ளே வரவேண்டும். பிணவாடை வெளியே தெரிந்து யாராவது வந்து கதவை உடைக்க வேண்டியதில்லை. அந்தச் சிரமத்தை ஏன் அவர்களுக்குத் தரவேண்டும் என்று வாய்விட்டு மெதுவாய் முனகினான். உடல், மன அளவில் மிகத் தளர்ந்திருந்தான். சிறிது நேரத்துக்கு முன்பிருந்த உற்சாகம் எங்கே என ஆச்சரியப்பட்டான். எழுந்தான். லேசாகத் தள்ளாடியவன் கதவைத் திறப்பதற்காக அதன் உட்புற லாக்கில் கை வைத்தான். கதவு திறந்தே இருந்தது.

பிரதாப் போத்தனின் கண்கள்

மனநலம் பிறழ்ந்தபோது தங்கப்பொன்னுக்கு வயது 18. வயிற்றில் 40 நாள் கருவோடு வீட்டைவிட்டு வெளியேறுவதற்கு முன்பு சிறு புள்ளியில் தன்னைத் தொலைத்திருந்தாள். ஞாயிற்றுக்கிழமை என்பதால் அவள் வீட்டில் கறி எடுத்து சமைத்திருந்தார்கள். உண்ட களைப்பில் தங்கப்பொன்னுவின் அம்மாவும் அப்பாவும் தூங்கிக்கொண்டிருக்க மதியவெயில் வீட்டுப் பின்வாசல் வழியே உள்ளே நுழைந்து ஹாலில் படுத்திருந்தது. தங்கப்பொன்னு அந்த வெயிலை மிதித்துக்கொண்டுதான் வீட்டைவிட்டு வெளியேறினாள். ஞாயிற்றுக்கிழமை மதியத்துக்கென்று ஏனோ அப்படி ஒரு சோம்பல் வந்துவிடுகிறது. சிறிதும் அசையாமல் தன் ஆறுதலைத் தெரியப்படுத்திக்கொண்டிருந்தது. வடசேரி பஸ் நிலையத்துக்கு தங்கப்பொன்னு வந்தபோது சூரியன் காணாமல் போயிருந்தது. அவள் வீட்டுக்கும் பஸ் நிலையத்துக்கும் கூப்பிடு தூரம்தான். ஆனாலும் அவள் அதைக் கடக்க தன் பாதி ஜென்மத்தை செலவழித்ததுபோல் தளர்ந்திருந்தாள். அவள் நினைவில் இந்த பூமியின் வரைபடம் கோடுகளின்றி வட்டங்களால் நிரம்பியிருந்தது.

தங்கப்பொன்னுக்கு பூஞ்சை உடம்பு. வெளுத்துப்போன பச்சை நிறத்தில் ஏகப்பட்ட இலைகளை மட்டுமே பூத்திருந்த

ஒரு தாவணி மரத்தை அணிந்திருந்தாள். முந்தானையில் ஒரு வேர் கிழிந்து முதுகில் தொங்கிக்கொண்டிருந்தது. வந்து நின்று புறப்பட்டுச் சென்றுகொண்டிருந்த பஸ்களில் தன் அம்மா போல் யாரையாவது பார்த்தால் தன் கால்களின் வேகத்துக்கு பூட்டு போட்டாள். ஆனாலும் எல்லோருமே அவள் கண்ணுக்கு அம்மாவாகத்தான் தெரிந்தார்கள். கையில் ஏதோ பச்சை திரவத்தைக் கிண்ணத்தில் வைத்துக்கொண்டு ஏந்தியபடி, “கண்ண மூடிக்கிட்டு இந்த மருந்த குடிச்சுடு. வயித்துக் கசப்பு இந்தக் கசப்போட வெளிய வந்துடட்டும்” என்று மிரட்டிக் கொண்டிருந்தார்கள். தங்கப்பொன்னு உலகம் பார்க்கக் கண் கூசினாள். அவள் காதுக்குள் திரும்பத்திரும்ப ஒரு குரல் ஒலித்துக்கொண்டேயிருந்தது. அது யாருடையதென்றோ என்னவென்றோ அறிய தங்கப்பொன்னுக்கு நேரமில்லாமல் போயிற்று. யாரோ ஒரு கண்டக்டர் ஏதோ ஒரு ஊர்ப்பெயர் சொல்லி பஸ்ஸில் ஏறும் படியருகே நின்று கத்திக்கொண்டிருந்தார். பார்க்க பெரியசாமி போலவே இருந்தது தங்கப்பொன்னுக்கு. புருவத்துக்கும் இமைக்கும் இடையே ஒரு கண் இடைவெளி விழுந்து வீங்கிய முகம். சோடாபுட்டி கண்ணாடி வழியே தெறித்து வெளியேறிவிடும் பிரதாப் போத்தனின் கண்கள் அவனுடையதுதான். மதிய வெயிலில் தூங்கி வீங்கிய பெரியசாமியின் முகம் தங்கப்பொன்னுக்குப் பிடித்திருந்தது.

அவள் அந்த பஸ்ஸில் ஏறி அமர்ந்தாள். ஒருநாளில் தன் பொலிவை இழப்பவள் அல்ல தங்கப்பொன்னு. அன்று காலையில்தான் குளித்திருந்தாள். பழையது போன்ற தோற்றத்தைத் தந்திருந்தாலும் தங்கப்பொன்னுக்கு வெளுத்த இலை தாவணி புதியதாய் ஒரு அழகைத் தந்திருந்தது. சிவப்பான ஒல்லியான சிரித்தால் சின்னதாய் குழி விழுந்து மறையும் கன்னத்தில் தங்கப்பொன்னு நிறைய பேருக்கு நம்பிக்கை தந்திருந்தாள். கண்டக்டர் வந்து டிக்கெட் எடுக்கச் சொன்னபோது அவளின் கண்கள் பேருந்தின் ஜன்னல் தாண்டி விரைந்துகொண்டிருந்த மலையின் மீது கவிழ்ந்திருந்தன. பஸ்ஸில் இருந்த யாவரும் அவளை இதற்கு முன்பு பார்த்ததில்லை என்றனர். அருகிலிருந்த காவல் நிலையத்தில் அவளை இறக்கி

விட்டுவிடலாம் என்றனர். அப்போதே மணி ஆறு முப்பதைச் சமீபித்திருந்தது. ஸ்டேஷன் உள்ளிருந்த கான்ஸ்டபிளிடம் விபரம் சொல்லி தங்கப்பொன்னுவை கண்டக்டர் ஒப்படைத்துவிட்டு விலக தலையைச் சொறிந்த கான்ஸ்டபிள், தங்கப்பொன்னு தானாக அந்த ஸ்டேஷன் விட்டு வெளியேறி கண்ணுக்குத் தெரிந்த இருட்டில் கால் வைத்தபோது இயலாமையுடன் பார்த்துக்கொண்டிருந்தார். வெளியுலகம் தங்கப்பொன்னுவைப் பைத்தியம் என நம்பத் தொடங்கியது அப்போதுதான்.

தங்கப்பொன்னு நடந்துகொண்டேயிருந்தாள். இருள் முடிந்து பகல் வந்து விலகியது. கண்களில் படிந்த வாகனங்களின் ஹெட்லைட் வெளிச்சத்துக்குப் பழகிப் பின் பகலின் ஹாரன்களுக்குப் பயந்து விலகி சாலை ஓரமாய் நடந்தாள். உடல் ஓய்ந்த நேரத்தில் கிடைத்த இடத்தில் படுத்துக் கிடந்தாள். இரண்டு கண்களும் நெருப்பாய் எரிந்தன எப்போதும். தூங்கும்போதும் அதன் தீ சுட்டது. தூங்காமலே விழித்தாள். மூளையில் ஓய்வு என்பதே இல்லாமல் போனது. அதிகமாய் பசித்தது. ஆனாலும் பசி என்று கையேந்திய இடத்தில் அவளுக்கு உணவிட்டனர். தேநீர் வாங்கித் தந்தனர். பிஸ்கட் கிடைத்தது. பஜ்ஜி சாப்புடுறியா...இந்தா என்று அவள் கையில் தராமல் தரையில் வைத்தனர். நாளடைவில் தன் தொடக்கத்தின் முகங்களும் பெயர்களும் தங்கப்பொன்னுக்கு மறந்துபோயின. காதுக்குள் குரல்கள் மெல்லத் தேய்ந்து பின் ஓங்கி எழுந்து பெரும் அலறலுக்குப் பின் நிரந்தர அமைதியானது. சிரிப்பைத் தொலைத்த தங்கப்பொன்னுக்கு பசியும் அழுக்கும் துர்வாசனையும் பழகிப்போனது. வயிறு பெரிதாகிக்கொண்டே இருந்தது. இடுப்பில் கட்டியிருந்த பாவாடை தொப்புளுக்கு மேல் ஏறியதில் கணுக்காலில் வெளிச்சம்படத் திரிந்தாள். மதுரையில் ஏதோ ஒரு வீதியில் இருந்த கோவிலில் அலுப்பாய் தலைசாய்த்தபோது அங்கிருந்த யாரோ ஒரு பெண்மணிதான் தங்கப்பொன்னுக்கு புதியதாய் ஒரு புடவையும் பாவாடையும் அணிவித்தார். கடக்கும் பாதைகளின் சுவர்களில் ஒட்டப்பட்டிருந்த மூடுபனி சினிமா போஸ்டர்களில் பெரியசாமி கண்ணாடி அணிந்து கோடரி

தூக்கி ஆத்திரமாயிருந்தான்.

மேடிட்ட வயிற்றைத் தூக்கமுடியாமல் பல் கடித்து மூச்சுவாங்கி நடந்த தங்கப்பொன்னுவைப் பார்த்த உலகம் பரிதாபப்பட்டது. உச் கொட்டி வருத்தப்பட்டது. தங்கப்பொன்னுவை இந்நிலைக்கு ஆளாக்கிய அயோக்கியன் மோசமான இறப்பைச் சந்தித்து புதைத்த இடத்தில் புழுக்கள் வாழட்டும் என்று சாபமிட்டது. களைத்துப்போய் ஒருநாள் இரவு வெளித்திண்ணையில் சாய்ந்து படுத்த தங்கப்பொன்னுவை ஆபாச வார்த்தைகளால் துரத்தியடித்தது. தங்கப்பொன்னுவின் மூச்சுத் திணறிய உலகில் நீந்த முடியாமல் எட்டாம் மாதமே வயிற்றிலிருந்து வெளியே குதித்துவிட முடிவெடுத்தது சிசு. திருச்சி பெரியபாலத்துக்குக் கீழே வேர்க்கடலை வியாபாரம் செய்துகொண்டிருந்த கிழவி தன் வீட்டுக்குப் புறப்படத் தயாரான கணத்தில் தங்கப்பொன்னுவைக் கவனித்தாள். பெருஞ்சாலையில் விரைந்துகொண்டிருந்த வாகனங்களின் ஹெட்லைட் வெளிச்சப் பின்னணியில் தங்கப்பொன்னு தெரிந்தாள். உடைந்து சிதறிய பனிக்குட நீரின் மீது கால் மிதித்து வலியில் முனகி குதித்துக்கொண்டிருந்த தங்கப்பொன்னு கிழவியின் மனதில் ஈட்டியைச் செருகினாள். ஆட்டோ பிடித்து ஏற்றிக்கொண்டு திருச்சியில் உள்ள அரசாங்க ஆஸ்பத்திரியில் தங்கப்பொன்னுவைச் சேர்த்தாள். அன்றைக்கென்று சில மனிதர்கள் தங்கள் கையில் இருந்த ஆயுதத்தினால் ஓர் உயிரை இப்பூமியில் புதிதாய் வர வைத்தார்கள். எடை குறைந்த ஆண் குழந்தையின் அம்மாவான தங்கப்பொன்னு உடம்பெங்கும் செருகிய ஒயர்களுடன் நீளநீளமாய் மூச்சு விட்டபடி படுத்துக் கிடந்தாள். தலைமாட்டில் இருந்த பேடில் செருகப்பட்டிருந்த மருத்துவச் சீட்டில் குழந்தையின் பெயரும் தாயின் பெயரும் இல்லாமல் வெள்ளையாய் இருந்தது.

வயிற்றுத்தையல் பிரித்த மறுநாள் குளிரில் நடுங்கிய குழந்தையைத் தன் மார்பின் வெப்பத்தில் வைத்து புதைத்தபடி அந்த மருத்துவமனையை விட்டு வெளியேறிய தங்கப்பொன்னுவை எந்தச் சலனமுமின்றி பார்த்துக்கொண்டிருந்தார் இரவு

நேர கண்காணிப்பாளர். புத்தி பேதலித்துப் போயிருந்த தங்கப்பொன்னுவுக்குப் பால் சுரந்தது. மருத்துவமனையில் செவிலியர்கள் பழக்கிய விதத்தில் பசியில் குழந்தை உதடு குவிக்கும்போதெல்லாம் தன்னிச்சையாக மார்புக் காம்பினை குழந்தையின் பசிக்குக் கொடுத்தாள். எலும்பும் தோலுமாய் ஒடுங்கிய உடம்புடன் கிழிந்த அழுக்கான சாப நிழலின் துர்நாற்றம் படிந்த தங்கப்பொன்னுக்கு மேலும் மேலும் சாப்பாடு கிடைத்தது. சத்திரமோ கோவிலோ மனிதம் சுமந்த கண்களுக்கு தங்கப்பொன்னு தெரிந்துகொண்டே இருந்தாள். எதுவுமே பேசாமல் மௌனமாய் உலகை அளந்து கொண்டிருந்த தங்கப்பொன்னுவின் கிழிந்த முந்தானை பிடித்து நடந்து வளர்ந்தான் மகன். இருவரின் உலகிலும் பாதையும் பாஷையும் இல்லாமல் போயிற்று. பசி மட்டும் பொதுவாய் இருந்தது. எல்லா மழையும் அவர்களுக்கெனவே பெய்தது. எல்லோருக்குமான நிலா அவர்களின் மீதும் வெளிச்சம் வீசி நகர்ந்தது.

கிறுக்கச்சி, கிறுக்கச்சி மகன் என்று புதிய பெயர்கள் சூட்டிய நாளன்று எதற்கென்று தெரியாமல் தன் தாயின் உதட்டில் தோன்றிய அலட்சிய கீற்றினைக் கவனித்தான் மகன். அது இந்த உலகத்தின் மீதான கேலிப் புன்னகை. இருவரையும் இந்த பூமி ஒருபோதும் விழுங்கிவிடவில்லை. கிறுக்கச்சிக்கு கிழிந்த புடவை வந்தபோது கிறுக்கச்சியின் மகனுக்கும் பழைய சட்டையும் டிராயரும் பேன்ட்டும் கிடைத்தன. தகப்பனையே உரித்துக்கொண்டு வந்து நின்றான் தங்கப்பொன்னுவின் மகன். உதடு குவிந்த சிரிப்பை சிரிப்பென்று தெரியாமலே தன் தாயிடம் வெளிப்படுத்தியபோதுதான் தங்கப்பொன்னுவின் மூளை நரம்பு சுண்டி இழுத்து அடங்கியது. அவளுக்கு மகன் உருவான கதையும் மனிதர்களும் சில ராத்திரிகளில் அவ்வப்போது தென்பட்டார்கள். பெரும்பாலான அமாவாசை, பௌர்ணமி நாட்களில் தங்கப்பொன்னு தீரா வலிப்புக்கு ஆளானாள். வெட்டிவெட்டி இழுத்து ஓயும் உடம்பை வாயிலிருந்து எச்சில் வழிய பார்த்துக்கொண்டிருப்பான் கிறுக்கச்சி மகன்.

ஒரு பௌர்ணமி முடிந்த இரண்டாம்நாள் இரவில் பெயர் தேவையற்ற ஓர் ஊரைக் கடந்தார்கள் இருவரும். நான்கு சாலைகள் ஒரு புள்ளியில் பிரியும் அல்லது இணையும் இடத்தில் நின்றிருந்தவனைப் பார்த்ததும் தங்கப்பொன்னுவின் கால்கள் தயங்கி நின்றன. சமீபநாட்களில்தான் அவளுக்கு தான் பருவம் அடையும்வரை வாழ்ந்த ஊரும், பள்ளியும், தன் அம்மாவையும் அப்பாவையும் கனவுபோல் கண்டு மீள்கிறாள். நண்பர்களுடன் கூடி நின்று சிகரெட் புகைத்துக் கொண்டிருந்தவன் தலைக்கு மேலே மஞ்சள் நிற ஒளியை வீசியபடி தெருவிளக்கு நின்றிருக்க, சிகரெட் பற்றவைத்த தீ ஒளியில் அவன் முகத்தைப் பார்த்தாள் தங்கப்பொன்னு. நெஞ்சுக்குள் அவன் பெயர் முட்டி மோதி அவளை மூச்சடைக்க வைத்தது. மகனின் கையைப் பிடித்து இழுத்து நிறுத்தி சிகரெட் புகைத்துக்கொண்டிருந்தவனை நோக்கி கை நீட்டினாள். அப்படியே மடங்கி தரையில் அமர்ந்தாள். தங்கப்பொன்னுவின் மகன் அம்மா கை நீட்டியவனை நோக்கிச் சென்றான். தன் முன்னே வந்து நின்றவனை சிகரெட் புகையை அண்ணாந்து ஊதிவிட்டு பார்த்தவனின் கண்கள் மொத்த இரவையும் உள்வாங்கி விரிந்தன. விரல் இடுக்கிலிருந்து சிகரெட் நழுவிக் கீழே விழ, தங்கப்பொன்னுவின் மகனைப் பார்த்து ஏதோ உளறியபடி மயங்கி விழுந்தான். அருகில் இருந்த நண்பர்களின், “ராஜன்... எலே ராஜன்... என்னடா ஆச்சு?” என்று நெருங்கிய குரல் தங்கப்பொன்னுவின் காதில் விழுந்தது. “ராஜன்” என்று உதடு பிரித்து முனகினாள். உடல் வெட்டி இழுத்து வலிப்பு தொடங்கியது.

ராஜனின் மனம் விழித்ததும் ஆஸ்பத்திரி நெடியினை உணர்ந்தது. இமை திறக்காமல் நேற்று இரவு நடந்ததை அசை போட்டான். பிபி என்னும் பிரதாப் போத்தன் என்னும் பெரியசாமி தன் கண்முன் வந்து நின்றதை உணர்ந்ததும் கண் விழித்தான். முதலில் தன் அம்மாவைத்தான் பார்த்தான். “அம்மா...” என்றபோது தலையில் லேசாக வலியை உணர்ந்தான். ராஜனின் குரல் கேட்டதும் அறை வெளியே நின்றிருந்தவர்கள் உள்ளே வந்தனர். நண்பர்களைக் கண்டதும், “அவன் எங்கடா?” என்றான் பதற்றமாய்.

“யார்டா அது? எதுக்கு அந்தப் பைத்தியத்த பார்த்துப் பயந்தே..?” என்றான் ராஜனின் நண்பன் கிரி.

“அவன் பைத்தியம் இல்லடா. அவன்தான் பெரியசாமி. பிபின்னு கூப்பிடுவோம். நடிகர் பிரதாப் போத்தன் மாதிரி மூஞ்சி இருக்கிறதால அப்படி கிண்டலா கூப்பிடுவோம். காலேஜ் ஃபைனல் இயர் படிக்கிறப்பவே அவன் சூசைட் பண்ணி செத்துட்டான். அவனைத்தான் நேத்து ராத்திரி பார்த்தேன். அதே முகம் அதே கண்ணு.”

“ஏன்டா பைத்தியம் மாதிரி பெனாத்துற... சம்பந்தமில்லாம ஔர்றே... கண்ண மூடி தூங்கு. நாங்க பாத்துக்குறோம்” என்றான் கிரி. ராஜன் கண்களை இறுக மூடினான்.

நாகர்கோவிலில் அவர்கள் குடியிருந்தபோது விரிந்த காட்சிகளில் அவன் இருந்தான். பெரியசாமி. அவள் இருந்தாள். என்ன யோசித்தும் அவள் பெயர் ராஜனின் ஞாபகச் சித்திரத்தில் தென்படவில்லை. கிட்டத்தட்ட 20 வருடங்களுக்கு மேலாகிவிட்டது. அதே ஊரில் பள்ளியில் படித்துக்கொண்டிருந்த ஒல்லியான பெண்ணை பெரியசாமி காதலித்தான். காதல் விஷயத்தை பெரியசாமியின் அப்பாவிடம் சொன்னது ராஜன் தான். அதன் பின் பெரியசாமி வீட்டுக்கும் அந்த ஒல்லிப்பெண் வீட்டுக்கும் இடையே பெரிய தகராறு நடந்து அந்தப் பெண் பைத்தியமாகி காணாமல் போய்... நோட்டீஸெல்லாம் அடித்து ஒட்டினார்களே... பிறகு நீண்ட நாட்களுக்கு அவளின் காணாமல்போன நிலைக்கு தான்தான் காரணம் எனப் புலம்பிக்கொண்டிருந்தான் பெரியசாமி. கல்லூரி மூன்றாம் வருட இறுதியில் ஹாஸ்டல் அறையினிலே தூக்குமாட்டி செத்துப்போனான். இத்தனை உண்மையான காதலாவென ராஜனுக்கு மிக ஆச்சரியமாக இருந்தது. சிறிது குற்றஉணர்வும் இருந்தது. அவனின் மரணத்துக்குத் தானும் ஒரு காரணம்தானே என்றெல்லாம் துயரத்தில் திரிந்தான். அதே பெரியசாமிதான் இத்தனை வருடங்களுக்குப் பிறகு நேற்று தன்னைச் சந்தித்தானா... அவனில்லையென்றால் அவனைப் போலவே இருக்கும் இவன் யார்? ராஜன் கண் திறந்தான்.

“நீங்க ரொம்ப எமோஷனலாகாதீங்க. பிபி அதிகமாகி மயக்கம் வந்து ஊசி போட்ருக்கு உங்களுக்கு. டிஸ்சார்ஜ் ஆனாலும் வீட்டுக்குப் போய் ரெஸ்ட் எடுக்கணும்னு சொல்லியிருக்கார். ஏதோ பைத்தியம் உங்களைப் பயமுறுத்திருக்கான். அவனை உங்க ஃப்ரெண்ட்ஸ்லாம் சும்மாவா விட்டாங்க...”

“ஏதும் புரியாம பேசாத உஷா. அவன் பைத்தியம் இல்ல. டேய் கிரி...” என்றபடி கிரியின் கையப் பற்றினான்.

“நீ ஒர்ரி பண்ணிக்காத மச்சான். நாங்க விசாரிச்சிட்டோம். அந்தப் பைத்தியத்துக்குக் கூட ஒரு பொம்பள பைத்தியமும் இருந்துருக்கு. நாலு ரோட்டு மொனையில லூர்து மேரி மேரேஜ் ஹால்ல இருக்கிற வாட்ச்மேன் பாத்துருக்காரு. வலிப்பு வந்து மண்டபத்து வாசல்ல விழுந்துடுச்சாம் அந்தப் பொம்பள பைத்தியம். வாட்ச்மேன் தான் பாப்பாகோவில் சத்திரத்துக்கு போன் பண்ணி வர வச்சிருக்காரு. அவங்க ரெண்டு பைத்தியத்தையும் வேன்ல அழைச்சிட்டுப் போயிட்டாங்களாம்... வேற எந்த விபரமும் யாருக்கும் தெரியல...” பெண் பைத்தியம் என்றதுமே ராஜனுக்கு எங்கோ பல் சக்கரம் பொருந்தி சக்கரம் சுழன்றது. ஏதேதோ எண்ணங்கள் மூளைக்குள் குறுக்கும் நெடுக்குமாய் விரைய கட்டிலை விட்டு இறங்கினான்.

“பைக்கை எடுடா. பாப்பாகோவில் போய் அவங்கள பாத்துட்டு வந்துடுவோம்” என்றான் கிரியிடம்.

“என்னடா சொல்ற... நீ ரெஸ்ட் எடுக்கணும்னு டாக்டர் சொல்லிருக்கார். போக வர 3 மணி நேரம் ஆகிடும். நீ இரு... நான் மட்டும் போய் பார்த்துட்டு வந்துடுறேன்.”

“இல்ல கிரி... நானும் வரேன். நேர்ல அவங்கள பாக்கணும்.” உஷா தன் கணவன் ராஜனையே உற்றுப் பார்த்துக்கொண்டிருக்க, ராஜனின் முகம் இறுகியிருந்தது.

விரைந்த சாலையையும் தன்னைக் கலைத்த காற்றின் வேகத்தையும் மீறி ராஜனின் மனம் பல வருடங்களுக்கு முந்தைய

கணக்கை மீண்டும் அழித்து அழித்து எழுதிக்கொண்டிருந்தது. பெரியசாமியின் நிஜமான காதலை உணர்ந்தபோது இருந்த அதிர்ச்சியெல்லாம் பல்வேறு கைகளாய் விரிந்து பெருகி ராஜனின் எண்ணங்களை அழுத்திக் கொண்டிருந்தது. அப்போது பெரியசாமியின் தற்கொலை அவனது காதல் தோல்வியினாலோ, காதலியின் பிரிவினாலோ இல்லையா என்ற சந்தேகம் மனதின் ஓரத்தில் அரித்துக்கொண்டே இருந்தது.

பாப்பாகோவில் மனநலக் காப்பக சத்திரத்துக்கு ராஜனும் கிரியும் வந்து சேர்ந்தபோது 12 மணி வெயில் அவர்களுக்கு முன்பு வந்து சேர்ந்திருந்தது. காப்பகத்தில் விபரம் சொல்ல, காப்பகப் பணியாளர் ராஜனை நிமிர்ந்து பார்த்துவிட்டு, "நேத்தே வந்துருந்தா அந்த அம்மா அநாதைப் பிணமா ஆஸ்பத்திரியில அடைக்கலமாகியிருக்க மாட்டாங்க சார்" என்றார். ராஜன் நடுமுதுகில் பெரும் வலியை உணர்ந்தான்.

"நேத்து வந்தப்போ அந்த அம்மாவுக்கு சிவியர் வலிப்பு வந்து தஞ்சாவூர் ஹாஸ்பிட்டலுக்கு ஆம்புலன்ஸுல அனுப்பிட்டோம். போற வழியில இறந்துட்டாங்க. எந்த விபரமும் அவங்கள பத்தி தெரியாததால அநாதைப்பிணம்னு அனவுன்ஸ் பண்ணி அதுக்கான ஏற்பாடு பண்ணியாச்சு. ஆனா இன்னிக்கி நீங்க போனாகூட சில சம்பிரதாயங்கள முடிச்சிட்டு பாடிய வாங்கிக்கலாம். நான் ஆஸ்பத்திரிக்கு போன் பண்ணிச் சொல்லிடுறேன். ஆனா அந்த அம்மாவோட பழைய விபரங்கள் கேட்பாங்க. உங்களப் பத்தியும் நீங்க சொல்லணும். ஓகேன்னா சொல்லுங்க." வேண்டாமென்று மறுத்தான் ராஜன்.

"அவங்ககூட இருந்த அந்தப் பையன்?"

"ஏர்வாடி மனநல காப்பகத்துக்கு அனுப்பியாச்சு. அங்கதான் அவன் இருக்கணும். போய் வேணும்னா பாருங்க ஒரு விசிட்டரா..." என்றார். ஊருக்கு பைக்கில் திரும்பிவரும்போது நேற்று இரவு பார்த்த அந்தக் கண்கள், தான் சாகும் காலம் வரையிலும் கூடவே வரும் என்பதை உணர்ந்திருந்தான் ராஜன்.

இன்னும் சில கதைகள்

வீட்டை யாரோ அலசிவிடத் துவங்கியிருந்தனர். குவளைநீரை தரையில் விசிறிவிட உதிர்ந்திருந்த ரோஜாப்பூவின் இதழ்களைச் சேர்த்துக்கொண்டு நீர் சுவரில் மோதி நின்றது. நான் அறைக்கு வந்தபோது கட்டிலில் தருண் விளையாடிக் கொண்டிருந்தான். என் பேக்கிலிருந்து துணிகளைச் சேகரித்தபடி, “ நீ விளையாடிட்டுரு. அம்மா குளிச்சிட்டு வந்துடுறேன்” என்றேன். குளித்துவிட்டு வந்தபோது கட்டிலில் கஸ்தூரி அமர்ந்திருந்தாள். கஸ்தூரி மடியில் தருண். என்னைப் பார்த்ததும் வறட்சியாய் புன்னகைத்தாள். அழுது வீங்கிய வெள்ளை முகத்தில் அங்கங்கே ரோஸ்நிற திட்டுகள். “காபி போட்டுத் தரவா?” என்றாள். “அய்யோ... அதெல்லாம் வேணாம். 10 மணிக்கு பஸ். இப்பவே 9 ஆச்சு. டாக்சி புக் பண்ணி கோயம்பேடு போயிடுறேன்.”

“உங்க வீட்டுக்காரரும் வந்திருக்கலாமே...”

“தருண் அப்பாவுக்கு பெண்டிங் ஓர்க் நெறைய இருக்கு. அதான் வர முடியல. என்னை மட்டும் அனுப்பி வச்சாரு.”

“இவ்ளோ தூரம் தனியா அனுப்பிடுறாருல்ல. உங்களுக்குத் துணிச்சல்தான். ராஜா அப்பா என்னைத் தனியா எங்கேயும் விட்டதில்ல. அவருதான் எல்லாம்னு வாழ்ந்திட்டேன். இனிமே அவர் இல்லாமையும் வாழணும்.” கந்தூரியின் கண்களில் நீர்

துளிர்த்தது. நான் அருகில் அமர்ந்து கஸ்தூரியின் கைகளை ஆறுதலாய் பற்றினேன்.

“இங்கேர்ந்து ஓசூர் 6 மணி நேரம்தானே. அதான் தனியா அனுப்பிட்டாரு. அதுவுமில்லாம இன்னிக்கி அவசரமா லீவ் போட்டதுக்கே மேனேஜ்மெண்ட்ல சரியான ரீசன் சொல்லணும். சாப்பாடு எதுவும் வேணாம். நைட் ட்ராவல். போற வழியில ஸ்நாக்ஸ் எதுவும் வாங்கிக்கிறோம். எனக்கும் லைட்டா தலைய வலிக்குது. நான் கௌம்புறேன். பத்திரமா இருங்க. உங்க நம்பர் என்கிட்ட இருக்கு. போன்ல பேசுறேன்” நான் பேசப்பேச வழிந்த கண்ணீரைத் துடைக்காமல் என்னையே பார்த்துக்கொண்டிருந்தாள் கஸ்தூரி.

பஸ் புறப்பட்டது. கஸ்தூரி என் முன்னாள் கணவரின் மனைவி. அவரின் மரணத்துக்குதான் இன்று சென்னை வந்துவிட்டுப் புறப்படுகிறேன். வரதனுக்கும் எனக்கும் நடந்தது அரேஞ்சுடு மேரேஜ். திருமண ஏற்பாடு எல்லாமே என் அம்மாவும் மாமாவும்தான். திருமணத்துக்கு முதல்நாள் இரவு மாப்பிள்ளை அழைப்பின் போதுதான் வரதனைப் பார்த்தேன். வரதன் நல்ல கறுப்பு. அது களையானதாவென்று எனக்குத் தெரியவில்லை. அகலமான தடித்த உருவம். அடர் மீசை. உருண்டையான கைகளிலும் நெஞ்சு, கால்கள் என்று காணும் இடங்களிலெல்லாம் ரோமம் நிரம்பியிருந்தது. என் கனவுக் கணவன் ஒருபோதும் இப்படி இருந்ததில்லை. தலைகுனிந்து தாலி வாங்கிக்கொண்டேன். இரவுகளில் என் மேல் கவிழ்ந்த வியர்வை அடர்ந்த ரோமஉடம்பை பல் கடித்து ஏந்திக்கொண்டேன். ஒரு மன விருப்பமில்லாமல் நிகழ்ந்த உறவினாலோ என்னவோ வருடங்கள் ஆனாலும் கரு தங்கவில்லை.

திருமணம் நிச்சயம் ஆனதுமே நான் பார்த்துவந்த டீச்சர் வேலையை விட்டுவிட்டேன். வரதனுக்குள் கொஞ்சம் காம்ப்ளக்ஸ் உண்டு. தன்னைவிட அழகான, படித்த, நிறமான மனைவி என்பதை அவர் தனக்கான சந்தோஷமாக நினைக்கவில்லை. தெருவில் இருவரும் சேர்ந்து செல்லும்போது,

"இவனுக்கு வந்த வாழ்வ பாருடா" என்று யாரோ யாருடைய காதிலோ சொன்னது எங்கள் காதிலும் விழுந்தது. நான்தான் அவதியுற்றிருந்தேனே தவிர வரதன் தன்னை அதிகம் வெளிக்காட்டிக்கொள்ளவில்லை. சிற்சில மன வருத்தங்கள் இருந்தாலும் ஒரு மனைவிக்கு உண்டான விருப்பங்களை ஒரு கணவனாகவும் தீர்த்துவைத்துக் கொண்டுதான் இருந்தார். 5 வருடங்களுக்குப் பிறகு டாக்டரிடம் இருவரும் சென்று உடம்பை செக் செய்தபோதுதான் பெரிய கோடு விழுந்தது. ஒரு குழந்தைக்குத் தகப்பனாகும் தகுதியை முற்றிலும் இழந்திருந்தார் வரதன். வரதனுக்குள்ளிருந்த கொடூர மிருகம் தன் பழக்கமான நகங்களை வெளிப்படுத்தி குத்திக் கிழிக்கத் தொடங்கியது. தன் குறை வெளியே தெரியாமல் நடிக்கத் தொடங்கினார். மலடி என்ற பழிச்சொல் சுலபமாகவே என் மேல் விழுந்தது. உறவுக்காரர்கள் எல்லா பரிகாரங்களையும் என் தலைமீது சுமத்தினார்கள். தான் ஒரு வாரிசுக்குத் தகுதியில்லையென்றானதும் படுக்கையிலும் என்னைத் தவிர்த்தார் வரதன்.

அந்நியர்களாய் உலாவத் தொடங்கிய வீட்டில் எதிரிகளாய் நடமாட இருவருக்குமே தைரியமில்லை. சந்தோஷம் இல்லாத வாழ்வை அம்மாவிடம் சொல்லி அழுது தீர்த்தேன். அப்பா இல்லாத குறையை ஒரு குடும்பத் தலைவனாய் என் மாமாதான் தீர்த்து வைத்திருந்தார். மாமா ஓசூரில் சிறியதாய் ஜவுளிக்கடை வைத்திருக்கிறார். வரதனிடம் அவர்தான் பேசினார். தாயாகும் தகுதி இல்லாதவள் எனக் குற்றச்சாட்டை என்மீது வரதன் வைத்தபோது மாமா வெகுண்டெழுந்தார். எங்கள் இருவரையும் டாக்டர் செக்கப்புக்குக் கூப்பிட்டார். அவமானப்பட்ட வரதன், மாமாவை பெரியவர் என்று பாராமல் மரியாதைக்குறைவாய் பேச விவாகரத்துதான் சரியான வழி என்று முடிவானது. அம்மா அழுது ஓய்ந்து போனாள். ஆறுதலாய் வந்த மாமா, விட்டுப்போயிருந்த என் டீச்சர் வேலைக்கு ஓசூரில் விண்ணப்பித்தார். நானும் அம்மாவும் ஓசூருக்கு மாமா வீட்டுக்கு இடம் பெயர்ந்தோம்.

போன் அடித்ததும் எடுத்து ஸ்க்ரீன் பார்த்தேன். சிவநேசன். லேசாகப் புன்னகைத்தபடி காதில் வைத்தேன். “சொல்லுங்க.”

“எங்க இருக்க.... கெளம்பிட்டீல்ல...”

“ரிசர்வ் பண்ணினது நீங்க. எனக்காக பஸ் வெயிட் பண்ணிட்டுருக்குமா... கிளம்பி ஒருமணி நேரம் ஆச்சு.”

“தருண் என்ன பண்றான்?”

“இட்லி வாங்கிக் குடுத்தேன். சாப்பிட்டுத் தூங்கிட்டான். நீங்க சாப்பிட்டீங்களா?”

“ஆச்சு. போன எடத்துல எதுவும் பிரச்சனையில்லீல்ல...”

“எல்லாம் முடிஞ்சிட்டு. வரதனோட தாய்மாமா ஒருத்தர் வர லேட்டாய்டுச்சு. அதான் பாடிய நைட்டு எடுத்தாங்க. இல்லைனா ஈவினிங்கே கெளம்பியிருப்போம்.”

“உன்னை யாரும் எதுவும் கேக்கலியே... காரியம்லாம் யார் பண்ணா?”

“என்னை யாரும் ஒண்ணும் கேக்கல. நான்தான் கொஞ்சம் அநாவசியமா பயந்தேன். வரதன் ஒய்ஃபிப் கஸ்தூரிதான் உங்களப் பத்தி விசாரிச்சாங்க. காரியமெல்லாம் வரதன் பையன் ராஜாதான் பண்ணினான்.”

“என்னது!” சிவநேசனின் அதிர்ச்சி என் ஸ்மார்ட் போனைத் தாண்டி பக்கத்து சீட் வரை துல்லியமாகத் தெரிந்தது.

“ரொம்ப ஷாக்காகாதீங்க. வரதனுக்கு 4 வயசுல ஒரு பையன் இருக்கிறதே எனக்கு இங்க வந்துதான் தெரியும்.”

“அதான்... எப்படி?”

“எல்லாத்தையும் போன்லையே சொல்லிடவா. நேர்ல பேசவும் எதுவும் வேணும்ல. போனை வச்சுட்டுத் தூங்குங்க. காலைல பேசிக்கலாம்” போனைக் கட் செய்தேன்.

ஆசிரியராக நான் பணிபுரிந்த ஸ்கூலில் சிவநேசன் ஓவிய ஆசிரியர். ஒரே வளாகம். ஒரே இடத்தில் பணி. அவ்வப்போது

சந்தித்துக்கொள்வது என்றாலும் அறிந்துகொள்ளும் ஆர்வமெல்லாம் எதுவும் எனக்கு இல்லை. ஆனால் சிவநேசனுக்கு இருந்திருக்கிறது. என்னைப்பற்றி யார் யாரிடமோ எப்படி எப்படியோ விசாரித்து ஒருநாள் என் வீட்டுக்கு வந்து என் அம்மா எதிரில் அமர்ந்துவிட்டார்.

"உங்க பொண்ணு மீரா ஓர்க் பண்ற ஸ்கூல்ல நான் ட்ராயிங் டீச்சர். உங்க பொண்ண பத்தி கேள்விப்பட்டேன். உங்களுக்கு விருப்பம்னா உங்க பொண்ண நான் கல்யாணம் பண்ணிக்கிறேன்." மாமாவுக்கு ஏனோ இந்தக் கல்யாணத்தில் விருப்பமில்லாமல் இருந்தது. அதே சமயம் எங்கள் இருவருக்குமான அவரின் அடைக்கலம் எத்தனை நாட்களுக்கு என்ற கேள்வியும் அவஸ்தையாய் நெளிந்தது. "பொம்பள பொறப்பு ஏதாவது ஒரு துணையை அண்டித்தான் இருக்கணும்மா. உங்கப்பா இருந்து நடத்த வேண்டிய நம்ம குடும்பத்து நல்லதை தாய்மாமனா இருந்து என் தம்பிதான் செஞ்சிருக்கான். அது உன் முதல் கல்யாணத்துல தோத்துப்போனதால அவனுக்குக் கொஞ்சம் மன வருத்தம். அதுவுமில்லாம நம்ம குடும்ப வகையில இந்த இரண்டாம் கல்யாணம்லாம் இல்லைல மீரா. அதான் என் தம்பி பட்டுக்காம நிக்கிறான். மாப்பிள்ளைகிட்ட விவரமா பேசு. கல்யாணத்த நடத்தலாம்" என்றாள் அம்மா அழுதுகொண்டே.

திருமணம் நிச்சயமான பிறகு ஒருமுறை சிவநேசன் என்னிடம், "பரிதாபப்பட்டெல்லாம் நான் இந்த முடிவு எடுக்கல. உண்மையிலே நீங்க அழகாருக்கீங்க. அப்புறம் உங்க குணம். இதெல்லாம்தான் எனக்குப் புடிச்சது. குழந்தையெல்லாம் தத்துகூட எடுத்துக்கலாம். எத்தனையோ குழந்தைங்க அம்மா அப்பா இல்லாம வளரலியா... என் பேரன்ட்ஸைக் கன்வின்ஸ் பண்ணிக்கலாம்."

நான் புருவம் சுருக்கி, "ஏன் உங்களுக்கு எதுவும் குறை இருக்கா?" என்றேன்.

"அய்யோ... அப்படி இல்லீங்க. உங்க குறை பத்தி கேள்விப்பட்டுத்தான் உங்களைக் கல்யாணம் பண்ணிக்கவே முடிவு பண்ணேன்."

வெளியில் யாரிடமோ என்னைப்பற்றி விசாரித்ததில் வரதனின் பொய், உண்மையாய் பரவியிருந்ததை உணர்ந்தேன். ஏனோ வரதனைப் பழி வாங்கினால்தான் என்ன என்று எனக்குத் தோன்றியது. மீரா, மிசஸ் வரதனாகி மீண்டும் மிசஸ் சிவநேசனானேன். திருமணம் முடிந்த 6 ம் மாதம் நான் கருவுற்றேன். அன்றிரவு சிவநேசனின் நெஞ்சில் என் முகம் புதைத்து விடியும்வரை அழுதுகொண்டிருந்தேன்.

அடுத்த சில நாட்களில் வரதன் ஒரு பெண்ணைத் திருமணம் செய்துகொண்டதாய் மாமா வந்து சொன்னபோது ஏன் என்ற கேள்வி மட்டும் எனக்குள் சுழன்றுகொண்டிருந்தது. தருண் பிறந்த இந்த 6 வருடங்களில் என் பழைய வாழ்க்கை, பழைய ஞாபகம், பழைய வலி எல்லாவற்றையும் மறந்திருந்தேன் எனலாம். எவரின் சாயலிலும் வரதன் என் நினைவுகளில் வராமல் போயிருந்தார் என்பதே நிஜம். இடையில் ஒருமுறை உறவினர் திருமணம் என்று சென்னைக்கு வந்துபோனதுதான். கோடம்பாக்கத்தில் நான் இருந்த வீட்டைக் கடந்தபோது சிவநேசனிடம் அதைக் காட்ட அவருக்கு அது பிடிக்கவில்லை என்பது புரிந்துபோனது.

நேற்று மதியம் திடுதிப்பென்று என் வகுப்பு வாசலில் வந்து நின்ற சிவநேசன் வெளியே அழைத்துப் பேசியதில் பதற்றமிருந்தது. “ரெண்டு பேருக்கும் பர்மிசன் சொல்லிட்டேன். க்ளோஸ் ரிலேஷன் இறந்துட்டதா சொல்லியிருக்கேன். நைட்டு புறப்படு. நாளைக்கு லீவு சொல்லிட்டுக் கிளம்பு” என்றார். விட்டுவிட்டு வந்த வார்த்தைகளில் தொண்டையைக் கவ்விய துக்கம் இருந்ததைக் கவனித்தேன். கைகளை மார்புக்குக் குறுக்கே கட்டியவாறு, “ரிலாக்ஸ்... எதுக்கு இவ்ளோ டென்சன்... யாருக்கு இப்போ என்னாச்சி? யார் இறந்தாங்க?”

“வரதன். உன் மாமா இப்பதான் சொல்லி அனுப்பினார். நாளைக்கு அடக்கமாம்'' என் முன்னாள் கணவர் இறந்துபோனதை இந்நாள் கணவர் பதற்றத்துடன் சொல்வதைப் பார்த்துக்கொண்டிருந்தேன். பள்ளி மைதானத்தில் ஒரு அணில் தவ்வித்தவ்விச் சென்றதைக் கவனித்தேன். தீர்க்கமாக சிவநேசனை

உற்றுப் பார்த்தபடி, "ஸோ நீங்க வரலை. அப்படித்தானே..." அடிபட்ட பார்வை பார்த்தார். என் முன்கதையைப் புகைப்படங்களில்கூட காண விரும்பாதவர்தான் சிவநேசன். இப்போது எப்படி நேரில் வருவார் என் இறந்தகாலத்தைக் காண. அதுவும் ஒரு மரணத்துக்கு. "சரி தருணுக்கும் லீவ் சொல்லிடுறேன். நான் இல்லாம உங்களால அவனைப் பாத்துக்க முடியாது. எனக்கும் ஒரு துணையா இருக்கும். அம்மா வேண்டாம். வயசானவங்க. என்னை நைட் பஸ் ஸ்டாண்ட்ல ட்ராப் பண்ணிடுங்க." இருவருக்கும் ஒரே சமயத்தில் நீளப் பெருமூச்சு வந்தது.

ஓசூரில் பஸ் ஏற்றிவிடும்போது, "ஸாரி... நான்தான் இப்போ உன் பக்கத்துல ஆறுதலுக்கு இருக்கணும். என்னால அப்படி இருக்க முடியாதுன்னு தெரியுது. ப்ளீஸ் ட்ரை டு அண்டர்ஸ்டாண்ட்..." என்றபோது சிவநேசனின் கைகளைப் பற்றி ஆதுரமாய் அழுத்தினேன். கோடம்பாக்கத்தில் வரதன் இல்லை. இப்போது வடபழனியில் இருப்பதாய் ஒரு முகவரியை மெசேஜ் பண்ணியிருந்தார் சிவநேசன். காலையில் சென்னையில் வந்து இறங்கி ஆட்டோ பிடித்து வடபழனி முகவரிக்கு வந்தால் அந்தச் சிறிய சந்துக்குள் ஷாமியானா பந்தல் போட்டு துக்கத்தை அறிவித்துக் கொண்டிருந்தார்கள். ஆட்டோவில் வரும்போது, "எங்கம்மா போறோம்" என்ற தருணின் கேள்விக்கு, "ஒரு அங்கிள் இறந்துட்டாரு. அவங்க வீட்டுக்குப் போறோம். நீ அம்மாவ விட்டு எங்கேயும் போகக் கூடாது. அம்மா கூடவே இருக்கணும். சரியா..." என்றதற்கு சரி போல் தலையசைத்தான்.

கண்ணாடிப் பெட்டிக்குள் வைக்கப்பட்டிருந்த வரதனின் முகமும் உடலும் முன்பிருந்ததை விட மேலும் ஊதிப்போய் பெரிதாய் இருந்தது. அருகில் அமர்ந்து அழுதுகொண்டிருந்த பெண்தான் வரதனின் மனைவியாக இருக்க வேண்டுமென்று தீர்மானித்தேன். அவளின் கைகளை ஆறுதலாய் பற்றியதும், "மீரா" என்று பெரிதாய் கதறியபடி என்னை அணைத்து அழத் தொடங்கினாள். எனக்கு திக்கென்றது. எப்போது வரதனை விட்டுப் பிரிந்தேனோ அன்றிலிருந்தே

அவரைப் பற்றிய எந்தத் தகவலும் அறிந்துகொள்ளும் விருப்பமில்லாதவளாகிப் போனேன். மாமாதான் அவ்வப்போது ஏதாவது செய்திகள் சொல்லிவிட்டுப் போவார். தப்பித்தவறி காதில் விழுமே தவிர ஈடுபாட்டுடன் அதைக் கேட்டதில்லை. இந்த மரணம், மரண வீட்டின் முகவரி எல்லாம் மாமாதான் சிவநேசனுக்கு அனுப்பி வைத்தது. சிவநேசனைத் திருமணம் செய்துகொண்ட பிறகு என் நொடிகளின் எவ்விடத்திலும் இடம்பெறாத ஒருவரின் மரணத்துக்குத்தான் இன்று வந்திருக்கிறேன். எதற்கென்றே தெரியாமல்தான் இந்த துக்கத்தை எட்டிப் பார்த்துவிட்டுப்போக வந்திருக்கிறேன். எதுவுமே தெரியாமல் வந்த இடத்தில் என் பெயர் இங்குள்ள முக்கியமான ஒருவருக்குத் தெரிந்திருப்பது அதிர்ச்சியாகத்தான் இருந்தது.

யாரோ ஒருவர், “கஸ்தூரி கொஞ்சம் காபியாவது குடிம்மா” என்றபோதுதான் வரதனின் மனைவி பெயர் கஸ்தூரி என்று தெரிந்தது. மதியம் போல் தருணுக்கு பிஸ்கட் தரலாம் என்று அந்த வீட்டுக்குள்ளே போனபோது கஸ்தூரியும் என் பின்னாலேயே வந்தாள். “எப்படியாவது சேதி தெரிஞ்சி வந்துருவீங்கன்னு தெரியும். உங்கள போட்டோவுல பாத்துருக்கேன். அதான் ஒடனே தெரிஞ்சிச்சு.” சோகமாய் புன்னகைத்தாள் கஸ்தூரி.

“எப்படி ஆச்சு?” தெரிந்துகொள்ள பெரிதாய் ஆர்வமில்லை யென்றாலும் வேறு என்ன கேட்பதென்று தெரியாமல் கஸ்தூரியிடம் கேட்டு வைத்தேன்.

“ராஜா அப்பாவுக்கு கொஞ்சநாளாவே ஒடம்பு சரியில்ல. அதிகமா குடிக்க ஆரம்பிச்சாரு. அவர் குடிக்க ஆரம்பிச்சதுக்குக் காரணமே நான்தான்னு தெரியும். நடந்த தப்புக்கு மன்னிப்பு கேட்டும் ராஜா அப்பா மன்னிக்கிறதா இல்ல. தன்னையே அழிச்சிக்க ஆரம்பிச்சாரு. ஒருநாள்கூட ராஜா அவரை அப்பான்னு கூப்பிட்டதில்ல. ராஜா அப்படிக் கூப்பிடாம நான்தான் பாத்துக்கிட்டேன். ஒருநாள்கூட அப்பான்னு கூப்பிடாத ஒருத்தருக்குதான் இன்னைக்கு மகனா நின்னு கடைசிக் காரியம் பண்ணப்போறான். குடிக்கிறத நிறுத்தியிருந்தா இன்னும் கொஞ்சநாள் இருந்திருப்பாரு. எப்பவாவது

உங்களப் பத்தி பேசுவாரு...” தேம்பித்தேம்பி அழுதபடி திக்கித் திணறித்தான் எல்லாவற்றையும் சொல்லி முடித்தாள் கஸ்தூரி.

துக்கவீட்டில் அவளின் அழுகையும் புலம்பலும் பெரிதாய் யாரையும் சலனப்படுத்தவில்லை, என்னைத் தவிர. என்ன சொல்வதென்று தெரியாமல் வெளியில் பார்த்தேன். வரதனின் அப்பாவைக் கொஞ்சம் அடையாளம் தெரிந்தது. அவர் மடியில் அமர்ந்திருந்த சிறுவன்தான் கஸ்தூரியின் மகன் ராஜாவாக இருக்க வேண்டும். என் பார்வை சென்ற இடத்தை யூகித்த கஸ்தூரி, “ஆமா... அவன்தான் ராஜா. 4 வயசு ஆகுது.” பெருங்குரலெடுத்து அழத் தொடங்கினாள்.

காலை 5 மணிக்கு ஓசூரில் இறங்கியபோது பனி நழுவிக்கொண்டிருந்தது. குளிரில் பற்கள் தந்தியடித்தன. நிமிர்ந்து பார்க்க நேரமில்லாமல் பைக்கில் வந்து ஸ்டாண்ட் போட்டார் சிவநேசன். எதுவும் பேசாமல் பைக்கில் ஏறினேன். குளித்து முடித்து சாப்பிட்டுக் கொண்டிருந்த சிவநேசனைப் பார்த்து, “என்ன எதுவும் கேக்காம சைலன்ட்டா இருக்கீங்க?” என்றேன்.

“நீயா சொல்வேன்னு எதிர்பார்த்தேன்”

“என்னத்த சொல்றது. வரதன் மகன் ராஜான்னு வரதன் ஒய்ஃப் சொன்னதும் உங்களாட்டம்தான் எனக்கும் அதிர்ச்சியா இருந்துச்சு. ஆனா அவங்க கண்ணுல தெரிஞ்ச குற்ற உணர்ச்சி வேற எதுவும் கேட்கவிடல. புறப்பட்டு வரும்போது நான் கேட்ட கேள்விக்கு இந்நேரம் அவங்க பதில் யோசிச்சிருந்தாங்கன்னா அவங்களும் புது வாழ்க்கைக்குத் தயாராயிடுவாங்க.”

“என்ன கேட்டே?”

“ராஜா அப்பா இறந்தது ராஜா அப்பாவுக்குத் தெரியுமான்னு கேட்டேன். பதில் எதுவும் சொல்லாம அழுதாங்க” என்னை நிமிர்ந்து பார்த்த சிவநேசன்,

“இந்த உலகம் எல்லோருக்கும் பொதுவானதுதானே...” என்றபடி எழுந்துசென்று கை கழுவினார்.

சரஸ்வதி

பிச்சைமுத்து கவிஞர் பிச்சை ஆன கதை

பிச்சை இந்த பூமியில் ஜனித்தபோது அனைத்து ஜீவராசிகளைப் போலவே கைகால் மற்ற அவயங்களுடன் தோன்றினான். எல்லோருக்குமான அடையாளம் தனக்கு எதற்கு என்ற சலிப்பில்தான் தனக்கான அடையாளமாய் தன் எழுத்து இருக்கும் என்று நம்பி எழுத்தாளனானான். அது மட்டுமின்றி அவனின் பால்யம் தொட்டே தொடர் கனவு ஒன்று அவனைத் துரத்தி வந்தது. பட்டு பார்டர் கொண்ட வெள்ளைநிறப் புடவை அணிந்த பெண் ஒருவர் தாமரைப்பூவில் அமர்ந்தபடி வீணை வாசித்துக்கொண்டிருக்கிறார். சிறிதுநேரம் கழித்து வீணையைக் கீழே வைத்துவிட்டு இறங்கி வந்து அவன் நாக்கில் ஏதோ எழுதிவிட்டுப் போகிறார். தினம் காலையில் விழித்ததும் பல் துலக்கும் முன்பே கண்ணாடியில் தன் நாக்கைப் பார்த்துக்கொண்டான் பிச்சை. எதுவும் தெரியவில்லை என்றாலும் எழுதுவதும் நிற்கவில்லை. காலையில் கண்ணாடி பார்ப்பதும் நிற்கவில்லை. விபரம் தெரிந்தபின்பு அது கல்விக்கடவுள் சரஸ்வதி எனவும் செல்வத்தின் அதிபதி லட்சுமிக்கும் அவருக்கும் ஆகவே ஆகாது எனவும் பிறரால் அவனுக்குச் சொல்லப்பட்டது. ஆனாலும் அவன் ஜாதகத்தைப் பார்த்த முட்டம் ஜோசியர், பிச்சைக்கு ஆயுள்ரேகை கெட்டி

எனவும் நீண்டகாலம் உயிர் வாழ்வான்; அதே சமயம் வாழும் நீண்ட காலமும் கஷ்டப்பட்டுக்கொண்டேதான் இருப்பான் எனவும் கூடுதல் தகவலாக பிச்சைக்கு நெற்றியில் பண்டித ரேகை நெளிவதால் ஊர் போற்றும் கலைஞனாக வருவான் என ஆசிபோல் சபித்தார். வளர்ந்துவரும் காலகட்டத்திலே சும்மா இருக்காமல் பாடப்புத்தகத்தோடு காமிக்ஸ், கதை, நாவல், வார இதழ்கள் என்று சகலத்தையும் விரும்பிப் படித்தான். தான் மற்றவர்களைப்போல் மது, மாது, புகை என்று போதையில் சிக்கி சீரழியவில்லை என்ற கர்வம் அவனுக்கு இருந்தது. உலகத்திலேயே ஆகப்பெரிய போதையான புகழ் என்ற மூன்றெழுத்து உச்ச திரவம் அவன் மூளை நரம்புகளில் மிதந்து கொண்டிருப்பதை அவன் ஏற்றுக்கொள்ளவே இல்லை.

அன்றாட சம்பவங்களை டைரியில் எழுதிவைக்கும் பழக்கம் அவனுக்கு இருந்தது. ரகசியம் என்று தான் நினைப்பதை தனக்கு மட்டுமே தெரிந்த தன் வாழ்வை தான் மட்டுமே படிக்கும் ஒரு புத்தகமாக எழுதிக்கொண்டிருந்தான் பிச்சை. அதனால்தான் அவன் எழுத்து பட்டை தீட்டப்பட்டது என்பது வேறு நிஜம். ஒருமுறை பிரபல எழுத்தாளர் ஒருவரால் வளர ஆரம்பித்திருந்த ஒரு கவிஞர் சிறந்த கவிஞரென்று அடையாளப்படுத்தப்பட்டார். அப்பேர்பட்ட எழுத்தாளரே சுட்டிக்காட்டி விட்டார் என்று கவிதை புரிந்தவர்கள், புரியாதவர்கள் என் அனைவரும் அந்த அறிமுகக் கவிதையை, முளைத்து மூணு இலைகூட விடாத கவிதையைத் தூக்கிவைத்துக் கொண்டாடினர். ஒரே ஒரு பெயர்ப்பலகை கூட சரியாய் இல்லாத அந்தக் கிராமத்தின் சுமைதாங்கிக் கல்லைவிட்டுப் புறப்பட்டான் புதிய கவிஞன். ஒரே இரவில் ஒரே பகலில் ஒரே வாரத்தின் இறுதியில் தமிழ்நாடெங்கும் அந்தப் புதிய கவிஞன் பெயர் உச்சரிக்கப்பட்டது. எதைக் கவிதை என்று இலக்கிய உலகம் உச்சி முகர்ந்து பாராட்டியதோ, அதே அனுபவத்தை ஒரு எழுத்து மாறாமல் தன் டைரியில் குறித்து வைத்திருந்தான் பிச்சை. சாதாரணம் என்பதும் அதிசயமே. அதிசயம் எல்லாம் சாதாரணத்திலிருந்து வருவதுதான் என்று பிச்சைக்குப் புரிந்துபோனது. தன் சாதாரணத்தை சரித்திரப்

பதிவாக்கத் தீர்மானித்தான். கவிஞர் பிச்சை உருவானான். மழையைப் பற்றி அவன் எழுதிய கவிதை பிரசுரமான அன்று அவன் ஊரில் நல்ல மழை பெய்தது. தான் எப்பேர்பட்ட பரிசுத்தமானவன் என்பதை எண்ணி ஆச்சரியப்பட்டான் பிச்சை.

பிச்சை கடைசியாய் பார்த்த அயல் சினிமா

திடீரென்று ஒருநாள் பிச்சைக்குக் கடிதம் வந்தது. முதல் வாசகர் கடிதம். கன்னியாகுமரியிலிருந்து வந்த 50 பைசா கார்டில் அவன் எழுதிய ஒற்றைக் கவிதையைப் பல கோணங்களில் ஆராய்ந்திருந்தார் அருள் ஜோஷ்வா என்ற 50 வயது வாசகர். அதில் இருந்த போன் நம்பருக்கு பிச்சையே கால் செய்து பேசினான். போனில் தென்பட்ட குரலுக்கு இலக்கியப் பரிட்சயம் என்பது தொலைதூர நிழலாய் இருந்தது தெரிந்தது. சில நாட்கள் கழித்து ஒரு சிற்றிதழ் ஆசிரியரிடமிருந்து நீளமான கடிதம் ஒன்று வந்தது, பிச்சையின் சமீபத்திய கவிதைகள் குறித்து விரிவான பார்வையுடன். அவரின் சிற்றிதழுக்கும் கவிதைகள் அனுப்புமாறு கேட்டுக்கொண்டார். கவிதை எழுதுவதற்கெல்லாம் பிச்சை சிரமப்படவே இல்லை. அவன் எழுதுவதெல்லாம் கவிதையானது. அது அவனுக்கு மிக எளிதான காரியமாக இருந்தது. அல்லது எளிதான செயல்களையே அவன் கவிதையாக்கினான். அது குறித்து கிஞ்சித்தும் அச்சம் கொள்ளவில்லை.

அதொரு
அழகு
இதொரு
அழகு
அவ்வளவுதான்
வேறொன்றுமில்லை

என்ற பிச்சையின் மிக எளிமையான கவிதை பல வாசகர்களால் சிலாகிக்கப்பட்டது. ஆனாலும் பிச்சைக்கு அது போதவில்லை. சிறுகதை எழுதிட எண்ணம் கொண்டான்.

அந்தக் காலகட்டத்தில் மிகத் தீவிரமாக எழுதிக்கொண்டிருந்த கதையாளர்கள் எல்லோருடைய கதைகளையும் தேடித்தேடிப் படித்தான். தான் எழுதும் கதைகளில் ஒருபோதும் இவர்களின் எழுத்துச் சாயல் வந்துவிடக் கூடாதெனத் தீவிரமாக வாசித்தான். யாரும் எழுதத் தயங்கும் அவ்வளவாக யாரும் எழுதாத கதைக்கருவாகத் தேர்ந்தெடுத்து எழுதத் தொடங்கினான். பிச்சைக்கு உலக சினிமாக்கள் பார்க்கும் பழக்கம் இருந்தது. ஒரு எழுத்தாளரின் சிறுகதை, பிச்சை பார்த்த கொரியன் சினிமாவைப் பார்த்து அப்படியே எழுதப்பட்டிருந்ததைக் கண்டு பயந்து போனான். இனி ஒருபோதும் அயல் சினிமாக்களைப் பார்க்கக் கூடாதெனத் தெளிவு கொண்டான். அவன் பார்த்த கடைசி கொரியன் சினிமா கிம் கி டுக் கின் திரீ அயர்ன்.

ஆச்சரியமாய் அவனின் முதல் சிறுகதையே யாரிந்த புது எழுத்தாளர் பிச்சை என்று பலரையும் கேட்கவைத்தது. கடிதங்கள் முடிந்து அவன் அலைபேசி எண்ணை பத்திரிகை அலுவலகத்தில் கேட்டு வாங்கி அவனுக்கு போன் செய்து பேசினார்கள். வாசகர்களை விட சக படைப்பாளிகளின் பேச்சு அதிகமிருந்தது. கவிதை எழுதத் தொடங்கி 5 வருடங்களுக்குப் பிறகுதான் அவன் கதை எழுதினான். அந்த ஒரு கதையே அவனைப் பல இடங்களுக்கும் அலைய வைத்தது. ஏகப்பட்ட இலக்கியக் கூட்டங்களுக்கு அழைப்பு வந்தவண்ணம் இருந்தது. ஒருகதை புகழ் பிச்சையானான். பயணப்படி தந்து விடுவார்கள் என்ற நம்பிக்கையில்தான் பல இடங்களுக்கும் போய் வந்தான். ஏற்காட்டில் நடந்த கதை ஆய்வுக் கூட்டத்துக்குப் பிறகு கூட்டம் நடத்தியவர்கள் வெறும் பையைக் காட்டி வெறுங்கையைக் குலுக்கி அவனுக்கு டாட்டா சொன்னார்கள். வெட்டியாய் ஊர்ப்பயணம் செய்து மது மயக்கத்தில் பாதிப்பேரும் எல்லா மயக்கத்தில் மீதிப்பேரும் விமர்சனம் என்ற பெயரில் உளறிய அபத்தங்கள் பிச்சைக்கு மூச்சுத் திணற வைத்தன. எங்கும் அலையாமல் இருந்த இடத்தில் இருந்தபடி கதைகள் எழுத முடிவெடுத்தான்.

கவிஞரும் எழுத்தாளரும் வெவ்வேறு இனமா? பிச்சையின் கேள்வி

இரண்டு வருடங்கள் கழித்து பிச்சையின் முதல்கதை வெளியான இதழின் ஆசிரியர் போன் செய்து பேசினார். அவர் பதிப்பகம் வைத்திருப்பதாகவும் பல புதிய கவிஞர்களுக்கும் கதையாளர்களுக்கும் முதல் புத்தகம் வெளியிட்டு வாழ்வளித்து வருவதாக உறுதி கூறி, பிச்சைக்கும் அவ்வாறே செய்ய விருப்பம் இருப்பதாகவும் கூறினார். பிச்சையும் இதுவரை எழுதிய கவிதைகளையும் கதைகளையும் அவருக்கு மெயிலில் அனுப்பிவைத்தான். பிச்சையின் முதல் கவிதை மற்றும் கதைத் தொகுப்பு வெளியீட்டு நிகழ்வை வாழ்வளித்த பதிப்பகத்தாரே ஏற்பாடு செய்திருந்தார். கவிஞரும் எழுத்தாளருமான பிச்சை என்று மேடையில் அறிவித்ததைக் கேட்டு குழம்பிப் போனான் பிச்சை. கவிஞர் வேறு எழுத்தாளர் வேறா என்று கேட்டான் அவன் அருகில் அமர்ந்திருந்த இன்னொரு அறிமுக எழுத்தாளரிடம். முதல் புத்தகம் வெளிவரும் ஆர்கசத்தில் அமர்ந்திருந்த இருக்கையில் அமர முடியாமல் நெளிந்துகொண்டிருந்த புதிய எழுத்தாளரோ மைக்கில் பேசியவரை அசிங்கமான வார்த்தை சொல்லித் திட்டி அவனுங்க அப்படித்தான் என்றார். பிச்சைக்கு திக்கென்றானது

எந்நிலைமையானாலும் பிச்சை மற்றவர்களுக்கு மரியாதை தந்தே பழகியிருந்தான். இலக்கியக் கூட்டங்கள் அவனுக்கு அலர்ஜியானதுக்கு முக்கியக் காரணம் இந்த இரட்டை வேடதாரிகள்தான். மேடையில் ஒரு பேச்சும், தனிமையில் இவனிடம் ஒரு பேச்சும் பேசும் இலக்கிய நக்கீரர்களுக்கு உடம்பெல்லாம் நெற்றிக்கண்ணிருந்தது கண்டு அருவருத்தான் பிச்சை. அவனின் முதல் கவிதைத் தொகுப்புக்கும் கதைத் தொகுப்புக்கும் அந்த வருடத்து சிறந்த தொகுப்புக்கான விருதுகள் பல மேடைகளில் வழங்கப்பட்டன.

பிச்சைக்கு உதாரணமான எழுத்தாளர்கள்

வீட்டுக்கு ஒரே பிள்ளை என்று செல்லம் தந்து வளர்த்தார்கள் அவனைப் பெற்றவர்கள். தங்களுக்கு அதிகம் பிடிபடாத எழுத்து என்னும் இடத்தில் தன்னை நிரூபிக்கிறான் தங்களின் தங்கமகன் என்பதே பிச்சை அவர்களுக்கு எல்லாமுமாகக் காரணமானது. கல்லூரி முடித்து கண் துடைப்புக்காக சில இன்டர்வியூ அட்டெண்ட் செய்தான். வேலை கிடைக்கவில்லை. எழுதுவதை விடவில்லை. வயது ஏறிக்கொண்டிருப்பதைக் காரணம் காட்டி கல்யாணம் என்று வீட்டில் பேச்சு எழுந்தபோதெல்லாம் தனக்கு நிரந்தர வருமானம் வந்ததும் திருமணம் செய்துகொள்கிறேன் என்றான். எழுத்து தன் மகனுக்கு நிரந்தர வருமானம் தரும் என்று நம்பினார்கள் அந்த அப்பாவி பெற்றோர்கள்.

எப்படியாவது இலக்கியக் கூட்டங்கள் என்று வெளியூர்களுக்குச் சென்றுவரும் பிள்ளை என்றாவது ஒருநாள் காதல் திருமணம் செய்துகொண்டு வந்து நிற்பான் என்றும் நம்பினார்கள். விருது கிடைத்து அந்தச் சான்றிதழையும் கேடயத்தையும் வரவேற்பறையில் வைத்தபின்பு பெற்றவர்கள் கண்ணுக்கு பிச்சை ஒரு மனிதனாகவே தெரியவில்லை. எதையும் அறிந்துகொள்ளும் ஆர்வம் சிறு வயதிலேயே இருந்ததால் எழுதும் நேரம் தவிர்த்து பிச்சை கலந்துகொண்ட இலக்கியக் கூட்டங்களில் ஒரு விஷயம் அவனுக்குத் தெளிவாகப் புரிந்தது. புனைவு என்பதை எழுத்தோடு மட்டும் நிறுத்திக்கொள்ளாமல் வாழ்க்கையிலும் பலர் செயல்படுத்திக்கொண்டிருந்தனர். நேருக்கு நேராக உண்மையைப் பேசுபவர்களின் எண்ணிக்கை உண்மையான வாசிப்பாளர்களின் எண்ணிக்கையை விட குறைவாக இருந்ததைக் கண்டு நொந்துபோனான். அப்படி அபூர்வமாக நிஜத்தைப் பேசிவிடும் இலக்கியவாதிகள் எங்கும் அதிகம் பட்டும்படாமல் இருந்தனர். புதிதாக எழுத வந்தவர்கள் பலரும் ஒரு கவிதை வெளியானவுடனே கவிதை என்பது என்னவென்று பெரிய பெரிய பேட்டி தந்தார்கள். ஒரு படைப்பு நன்றாக இல்லை என்பதை வெளிப்படையாகச்

சொல்ல இங்கே பல சாகசங்கள் தேவைப்பட்டன. நன்றாக இல்லை என்பதை நன்றாக இல்லை என்றுதானே சொல்ல முடியும் எனப் பிச்சை கேட்டதற்கு அதைச் சொல்ல நீயென்ன பெரிய புடுங்கியா என்று மிரட்டினார்கள். பயத்தில் அழுதான் பிச்சை. குடித்துவிட்டு அழுகிறான் என்று அவனைத் தனியே விட்டுப் போனார்கள். நிறைய கேள்வி கேட்டு பதில் தேடிப் பயணப்பட்டதாலோ என்னவோ நிறைய அனுபவங்கள் சேர்ந்தன பிச்சைக்கு.

பெரும்பாலான சமயங்களில் தன்னை தனியாய் உணர்ந்தான். அது பெரும் இலக்கியக் கூட்டமானாலும் சரி தனியாய்தான் இருந்தான். தன் தனிமையை எழுதி எழுதியே விரட்டினான். அடுத்த *5* வருடங்களில் கவிதை, கதை, நாவல் என்று எழுதித் தீர்த்தான். அவன் எழுத்தின் மீதிருந்த நம்பிக்கையில் பல பதிப்பகங்கள் அவன் புத்தகத்தை வெளியிட்டன. சிலர் மட்டுமே ராயல்டி என்ற பெயரில் சொற்பத் தொகையைத் தந்தனர். அவனுடைய புத்தகங்கள் நிறைய விற்றாலும் இரண்டாம் பதிப்புக்குத் தாமதப்படுத்தினர். பணம் எதுவும் தராத பதிப்பகங்கள் சொற்ப எண்ணிக்கையில் புத்தகங்கள் தந்து நிறுத்திக்கொண்டன. வியாபாரம் தெரியாமல் அதையும் தன் அறையின் மூலையில் அடுக்கி வைத்தான். ஒரே பிள்ளை என்றாலும் சொந்தக்காலில் நின்றால் நன்றாக இருக்குமே என்று பிச்சையின் அம்மா ஆசைப்பட்டார். எந்த வேலைக்கும் போகாமல் எழுத்தை மட்டுமே நம்பி தன் குடும்பத்தைக் காப்பாறி வரும் எழுத்தாளர் சகாதேவனைச் சுட்டிக்காட்டி ஒதுங்கிக்கொண்டான். கல்யாணம் காட்சி என்று பிச்சையின் அப்பா வாய் திறந்ததற்குக் கல்யாணம் செய்துகொள்ளாமலே தமிழ்நாடெங்கும் பிரபலமாய் திரியும் எழுத்தாளர் காட்டுவாசியைத் தொட்டுக்காட்டி தப்பித்துக்கொண்டான். எதைக் கேட்டாலும் ஏதாவது எழுத்தாளரை உதாரணமாக்கும் தன் மகனிடம் எப்படிப் பேசிப் புரியவைப்பது என்று தெரியாமல் விழித்தனர் பெற்றவர்கள்.

பிச்சை ஒரு இளிச்சவாயன்

ஜாம்பவான்கள் என்று பலராலும் போற்றப்பட்ட மூத்த எழுத்தாளர்களின் எழுத்துகளையும் பேட்டியையும் வாசித்தபோது பிச்சை பெரும் அதிர்ச்சிக்குள்ளானான். அவன் பிறப்பதற்கு முன்பான அந்த எழுத்தாளர்கள் அப்போது கேட்டிருந்த கலை கலைக்காகவா மக்களுக்காகவா என்ற கேள்வியையும் அதற்கான ஏதோ ஒரு பதிலையும் போன வாரத்தில் குற்றாலத்தில் நடந்த மீட்டிங்கில் பிச்சையைப் பார்த்துப் பலரும் கேட்டிருந்தனர். பிச்சை சொன்ன பதிலில் திருப்தியுறாமல் சுற்றியிருந்த பத்துப் பேரும் பத்து விதமாகப் பதில் கூறி பல்லை உடைத்துக்கொண்டனர். அந்தச் சமயத்தில்தான் டெல்லியிலிருந்து வழங்கப்படும் மிக உயரிய விருது ஒன்றுக்கு பிச்சையின் பெயர் அடிபட்டது. அந்த விருதும் கிடைத்துவிட்டால் வாழ்நாள் முழுவதும் கல்யாணம், வேலைக்கெல்லாம் தலையாட்ட மாட்டான் என்று பயந்துபோன பிச்சையின் பெற்றோர்கள், வாடகை வீட்டில் இருந்துகொண்டு ஒழுங்காக வாடகைகூட தர முடியாமல் தான் வளர்க்கும் பூனைக்குப் பால்கூட வாங்கக் காசின்றி தவிக்கும் ஓர் எழுத்தாளரைச் சுட்டிக்காட்டி அவரைப்போன்ற மேதாவிக்கே அந்நிலை; நீயாவது குடும்பம் தொழில் என்று நிரந்தரமாகு எனக் கெஞ்சிக் கேட்டுக்கொண்டார்கள். அந்த எழுத்தாளர் பொய் சொல்கிறார் என்று ஒரே பதிலில் முடித்துக்கொண்டான் பிச்சை.

அந்த டெல்லி விருது பிச்சைக்குக் கிடைக்கவில்லை. அது குறித்து அவனும் பெரிதாய் அலட்டிக்கொள்ளவில்லை. ஆனால், அதன் பின்னான எழுத்தரசியல் பிச்சையின் காதுக்கு வந்தபோது உச்சபட்ச எரிச்சலுக்கு ஆளானான். அந்த விருதுக் கமிட்டியில் இருந்தவர்களிடம் வெளி ஆட்கள் சிலர் தன்னைப்பற்றி புறம் பேசியதைப் பிச்சை அறிந்துகொண்டான். மனிதர்கள் இப்படித்தான் என்று சமாதானமானாலும் பிச்சை எல்லா எழுத்தாளர்களுக்கும்

ஜால்ரா அடித்துப் பிழைப்பவன் என்பது போன்ற மலினமான வார்த்தைகள் உபயோகப்படுத்தப்பட்டிருப்பதைக் கேள்விப்பட்டு மன உளைச்சல் அடைந்தான். இங்கே எல்லோரையும் அனுசரித்துப் போவதற்கு இன்னொரு பெயர் இளிச்சவாயன். பிச்சை தான் ஒரு சிறந்த இளிச்சவாயன் என்று நம்பினான்.

அச்சு இதழுக்கு பிச்சை தந்த பேட்டி

பிறகு ஒரு வருடம் எதுவும் எழுதாமல் வாசிக்காமல் எந்தக் கூட்டங்களுக்கும் கலந்துகொள்ளாமல் அவனின் சொந்த கிராமமான வரிச்சிகுடியில் இருக்கும் நிலத்துக்குச் சென்று வயல் வேலைகளைக் கவனித்துக்கொண்டிருந்தான். பிரபல இலக்கிய மாத இதழான அச்சு, பிச்சையிடம் பேட்டி எடுத்துப் பிரசுரித்தது. அந்த நேர்காணலிலிருந்து கொஞ்சம்...

அச்சு: சமீபத்தில் விருது வழங்கும் மேடை ஒன்றில் நீங்கள் பேசிய பேச்சு சர்ச்சைக்குள்ளானது. அது குறித்து..?

பிச்சை: விருது என்பது என்ன என்பதே இங்கே பலருக்கும் தெரிவதில்லை. விருதினைப் பெற்றுக்கொள்ளும் நபர் திறமைசாலியாக இருக்கலாம். அதை வழங்குபவர்கள் அதற்கான தகுதியில் இருக்கின்றனரா? எனக்கு டெல்லியிலிருந்து ஓர் உயர் இலக்கிய விருது கிடைக்க இருந்தது. கிட்டத்தட்ட எனக்குதான் அந்த விருது என்பதில் என்னைவிட என் நலம் விரும்பிகள் பலரும் நம்பிக்கையுடன் இருந்தனர். இன்னொரு நபருக்குச் சென்று சேர்ந்தது. எனக்கு அது குறித்து எந்தவித சங்கடமும் இல்லை என்றாலும் அவ்விருதுக்குப் பின்னிருந்த அரசியலை என் நண்பர்களும் எதிரிகளும் எனக்குத் தெரிவித்தார்கள். இதில் என் நண்பர்களை விட எதிரிகள்தான் மிகச் சிறப்பாகப் பணியாற்றித் தகுந்த ஆதாரங்களுடன் என்னிடம் நிரூபித்தார்கள். விருதுக் குழுவில் இருந்தவர்களுக்கு என் எழுத்து மட்டுமே பரிச்சயமானது. அதற்குத்தான் அவர்களும் விருது தருகிறார்கள். அப்படியிருக்க தனிப்பட்ட எனது கருத்துகள், விருப்பு

வெறுப்புகளை விருதுக் குழுவிடம் சொல்லி என்னைப் பற்றிய தவறான படிமத்தை அங்கே உருவாக்கியிருக்கின்றனர். மேலும் பல சிபாரிசுகளும் அங்கே தெரியப்படுத்தப்பட்டிருக்கின்றன. சிபாரிசின் பேரில் வாங்க இதென்ன எல்கேஜி சீட்டா, காலேஜ் சீட்டா? அங்கும்கூட திறமைக்குத்தானே முதல் இடம். அப்புறம் இன்னொரு விருதுக்குழுவில் நானே இருந்தேன். அக்குழுவில் இருந்த பிரபலமான கவிஞர் ஒருவர் ஆரம்பத்திலிருந்தே குறிப்பிட்ட ஒரு மொழிபெயர்ப்பு நூலுக்காக விருதை முன் மொழிந்து கொண்டிருந்தார். எத்தனை நூல்கள் பரிசீலனைக்கு வந்தாலும் அதை இரண்டாம் இடத்தில் தள்ளிவைத்து தான் விரும்பிய மொழிபெயர்ப்பு நூலையே முதல் இடத்துக்கு வைத்துக்கொண்டார். பிறகுதான் தெரிந்தது அந்த மொழிபெயர்ப்பு நூல் எழுதியவர் சம்பந்தப்பட்ட பிரபல கவிஞருக்கு இலக்கிய ரீதியான முன்னுரை எழுதித் தருதல், விமர்சனம் எழுதுதல், மேலும் அந்தக் கவிஞரை எல்லா மேடைகளிலும் போற்றிப் புகழக்கூடிய ஒருவராக இருந்திருக்கிறார் என்று. விருது பெற்ற அந்த நூலைவிட மிகப் பிரமாதமான புத்தகங்களைப் பல மோசமான உதாரணங்களுடன் நிராகரித்தார் அக்கவிஞர். ஏதோ அரசியல் எம்பி சீட்டுக்கான உள்ளடி வேலைகள் அங்கு நடந்தன. அதைத்தான் அந்த மேடையில் வெளிப்படுத்தினேன்.

அச்சு: உங்கள் பர்சனலை மட்டும் நீங்கள் எழுத்தாக்குகிறீர்கள் என்றொரு குற்றச்சாட்டு உங்கள் மீது உள்ளதே?

பிச்சை: என் வாழ்க்கையை என் அனுபவங்களைத்தானே நான் எழுத்தாக்க முடியும். உங்கள் வாழ்க்கையை என்னால் வாழ முடியாதே. அப்படியே அதை எழுத நினைத்தாலும் எவ்வளவு செயற்கையாக இருக்குமென்று நினைத்துப் பார்த்தீர்களா... ஒரு எழுத்தாளன் என்பவன் சுயமாய் சிந்தித்துதான் கதையோ, நாவலோ எழுதுகிறான். அதைக் காசு கொடுத்து வாங்கிப் படிக்கிறீர்கள் என்பதாலே அவனை எப்படியெல்லாம் நீங்கள் உபயோகப்படுத்திக்கொள்கிறீர்கள் என்பதைப் பாருங்கள். என் எழுத்து உங்களுக்கு என்ன தருகிறது என்பதை

வெளிப்படுத்துங்கள். விமர்சனமாக்கி கேள்வி கேளுங்கள். அதை விடுத்து நான் காலையில் காபிக்குப் பதிலாக டீ குடிப்பதை ஏன் விவாதத்துக்கு உள்ளாக்குகிறீர்கள்? எனக்குத் தெரிந்து ஒரு எழுத்தாளர் மது அருந்துபவர். இரண்டு மனைவிகளுடன் ஒரே வீட்டில் வசிப்பவர். இரவு நேரங்களில் தன் வீட்டில் மது அருந்திவிட்டுச் சந்தோஷமாக இருப்பவரின் படுக்கையறையை எட்டிப்பார்த்து ஊருக்கு உபதேசம் செய்பவன் உள்ளுக்குள் எப்படி இருக்கிறான் பார் என்று பேசுகிறீர்கள். அவன் சொல்லும் உபதேசம் உங்களுக்கு உவப்பானதாக இருந்தால் ஏற்றுக்கொள்ளுங்கள். இல்லையேல் அது குப்பையென ஒதுக்கித் தள்ளுங்கள். ஒரு தமிழ் சினிமா நடிகருக்கு இருக்கும் பாதுகாப்பு வளையம் தமிழ் எழுத்தாளனுக்கு இல்லாத காரணத்தாலேயே அவனை நெஞ்சுக்கு அருகில் நெருங்கிப் பார்க்க நினைப்பது என்ன நியாயம்?

அச்சு: அப்படியானால் உங்களைப் பற்றிய எந்த விமர்சனமும் கூடாது என்கிறீர்களா?

பிச்சை: நான் வேறு எனது படைப்பு வேறு. என் எழுத்து குறித்து எந்த விமர்சனம் வேண்டுமானாலும் முன் வையுங்கள். அபத்தமான கருத்து என்று சொல்லுங்கள். தட்டையான புரிதல் என்றுகூட கூறுங்கள். எனக்கு ஒரு அரசியல் கட்சி பிடிக்கிறதென்றால் அது என் தனிப்பட்ட விருப்பம் இல்லையா... என்னைப் பேட்டி எடுக்க வருகின்றவர் கறுப்பு சட்டை, கறுப்பு பேன்ட் போட்டிருக்க வேண்டும் அல்லது ஐயப்பன் கோயிலுக்கு மாலை போட்டிருக்க வேண்டும் என்று நான் எதிர்பார்ப்பது எவ்வளவு அபத்தமோ அத்தனை அபத்தம் நான் ஜீன்ஸ் போட்டுக்கொண்டு தமிழ்க் கலாச்சாரம் பேசுவதைப் பற்றி விமர்சிப்பதும். சௌகரியம் வேறு வாழ்வு வேறு.

அச்சு: தமிழ்நாட்டிலே பிறந்ததாலே தன்னை எவரும் கொண்டாடுவதில்லை எனவும் பிற மாநிலத்திலோ வெளிநாட்டிலோ பிறந்திருந்தால் இந்நேரம் சிலை வைத்திருப்பார்கள் என்று ஒரு எழுத்தாளர் கூறி வருகிறாரே...

பிச்சை: அவரை யார் தமிழ்நாட்டில் பிறக்கச் சொன்னது. முதலில் பிறந்த இடத்தில் என்ன செய்கிறோம் என்பதைப் பார்க்கச் சொல்லுங்கள். நடிகர் கமல்ஹாசன் ஒரு பேட்டியில் நான் தமிழ்நாட்டில் பிறந்ததாலே ஒவ்வொரு வீட்டிலும் நிறைந்துள்ளேன். இதே அமெரிக்காவில் பிறந்திருந்தால் அங்கே தெருவுக்குத் தெரு கமல்ஹாசனும் பிரபுதேவாவும் என ஏகப்பட்ட பேர் ஆடிக்கொண்டிருக்கிறார்கள். தனித்த அடையாளம் எதுவுமற்றுப் போயிருப்போம் என்று சொன்னார். சொந்த விரலைச் சூப்ப முடியாதவன்தான் அடுத்தவன் விரலைப் பார்த்துப் பொறாமைப்பட்டுக் கொண்டிருப்பான்.

பிச்சைக்கு ஆறுதல் சொன்ன சரஸ்வதி

அடுத்த வருடம் பிச்சை ஒரு நாவல் எழுதினான். பிச்சை எதுவும் எழுதாத அந்தச் சின்ன இடைவெளியில் புதிதாய் சிலர் எழுதப் புறப்பட்டிருந்தாலும் பிச்சையின் இடம் நிரப்பப்படாமல்தான் இருந்தது. நிலம் என்ற தலைப்பில் பிச்சை எழுதிய 1500 பக்க நாவல் தற்காலத்திய விவசாயிகளின் அவலத்தைப் படம் பிடித்துக் காட்டியது. கண்ணில் பசியும் இரத்தமும் வறுமையும் கலந்து கடந்த பக்கங்களுக்கு வெளிநாட்டிலிருந்து வழங்கப்படும் இலக்கிய விருது கிடைத்தது. அதற்கான பாராட்டு விழா ஒன்று கன்னியாகுமரியில் ஏற்பாடாகியிருந்தது. விழா முடிந்து தனித்திருந்த பிச்சையைச் சந்தித்த ஒரு வாசகர் பிச்சை எழுதியிருந்த விளிம்பு என்ற சிறுகதை குறித்து நீண்டநேரம் பேசிக்கொண்டிருந்தார். தான் கொண்டு வந்திருந்த வெள்ளியிலான சிறிய சரஸ்வதி சிலையைப் பிச்சைக்குப் பரிசளித்தவர் உணர்ச்சி வசப்பட்டு பிச்சையின் காலில் விழுந்து கதறி அழுதார். தான் மிக மோசமான வாழ்க்கை வாழ்ந்து வந்ததாகவும் அந்தக் கதைதான் தன் வாழ்வையே புரட்டிப் போட்டதாகவும் இப்போதுதான் தன் குடும்பத்துடன் நிம்மதியாக வாழ்ந்து வருவதாகவும் கூறியவர் தான் ஒரு ஆட்டோ டிரைவர் என்றும் ஆட்டோவில் கூட கடவுள்

படங்களுக்குப் பதிலாக பிச்சையின் போட்டோவையே வைத்திருப்பதாகவும் கூறி அழுதார். ஊருக்குத் திரும்பிய பிச்சை அந்த சரஸ்வதி சிலையை தன் அம்மாவிடம் தந்துவிட்டு அம்மாவைக் கட்டிப்பிடித்துக் கொண்டு அழுதான். மனிதர்களில் எவரையும் நம்பக் கூடாதென்கிற நிலைமைக்குத் தன்னை இந்த இலக்கிய உலகம் தள்ளிவிட்டது என்று கூறி விம்மினான். அம்மா அப்பாவின் ஆசைப்படி திருமணம் செய்துகொண்டு அவர்களுக்கு பேரன் பேத்தி பெற்றுக் கொடுத்துவிட்டு ஒரு குடும்பத் தலைவனாய் வேலைக்குச் சென்று மன நிம்மதியான வாழ்வை வாழ்ந்திருக்கலாம் என்று சொல்லிப் புலம்பினான்.

எழுத்தாளனாய் தான் அடைந்திருக்கும் புகழுக்கு மிகப்பெரிய விலையைத் தந்துவிட்டதாய் சொல்லிக் கதறினான். தான் அணிந்திருக்கும் பிரபலம் என்ற முள் கிரீடம், முள்ளாய் உறுத்துவதாய் சொல்லித் தேம்பினான். பிச்சையின் தலைமுடியைக் கோதியபடி அவன் அம்மா, பிச்சை தனக்கு மட்டும் மகன் இல்லையெனவும் இந்தத் தமிழ்நாட்டில் பலரும் பிச்சையின் எழுத்தை வாசித்து தங்கள் வாழ்க்கையைச் சரிசெய்து கொண்டிருக்கிறார்கள் என்றால் அது அவன் எழுத்துக்குக் கிடைத்திருக்கும் மரியாதையோடு அவனைத் தங்கள் குடும்பத்து ஆட்களில் ஒருவராக ஏற்றுக் கொண்டிருக்கிறார்கள் என்றும் சமாதானம் செய்தார். ஒரே ஒரு ஆட்டோ டிரைவர்தான் தன்னை வெளிப்படுத்தியிருக்கிறாரே தவிர இன்னும் பிச்சைக்கு வழங்கப்படாத சரஸ்வதி சிலைகள் இந்நாடெங்கும் இருக்கின்றன என்று சொல்லி அவரும் அழுதார். சராசரியான மனிதர்கள் நிறைந்த இவ்வுலகில் தன் மகன் சராசரியல்ல என்பதே தனக்குப் பெருமைதான் என்றவர், எதையும் மனதில் வைத்துக்கொள்ளாமல் நிம்மதியாய்ப் போய்த் தூங்கு என்று நெற்றியில் முத்தமிட்டு அனுப்பினார்.

படுக்கையில் படுத்தவாறு ஷெல்ஃபின் உயரத்தில் வைக்கப்பட்டிருந்த சரஸ்வதி சிலையைப் பார்த்துக்கொண்டிருந்தான் பிச்சை. ஆட்டோக்காரர் சொன்ன வார்த்தைகள் மீண்டும் மீண்டும் செவித்துளைக்குள் ஒலிக்க

கண்களை மூடினான். கண் ஓரத்திலிருந்து கண்ணீர் பிதுங்கி வழிந்து கன்னம் தாண்டி இறங்கி தலையணையைத் தொட்டது. அலமாரியிலிருந்த சரஸ்வதி தன் வீணையைக் கீழே இறக்கி வைத்துவிட்டுப் பிச்சையின் அருகில் வந்து படுத்துக்கொண்டு அவனை அணைத்தபடி பிச்சையைத் தூங்கவைக்க முயன்று கொண்டிருந்தாள்.

பிச்சை கண்ட கனவு

கதை முடிந்துவிட்டாலும் பிச்சையின் வேண்டுகோளுக்கிணங்க இன்னும் கொஞ்சம் நீட்டிக்கப்படுகிறது. கனவு போலவும் நிஜம் போலவும் இல்லாத ஓர் இடத்தில் பிச்சை நின்றுகொண்டிருந்தான். தூரத்தில் ஒலிபெருக்கியில் யாரோ இருவரின் குரல்கள் மட்டும் அவன் காதுக்குள் கேட்டது. 'எல்லோர் கையிலும் தராசு இருக்கிறது என்பதற்காக அனைவரும் நீதிமான்கள் அல்ல' என்றதற்கு எதிர்வினையாக, 'விமர்சனம் தாங்கப் பழகு உன் இலட்சியத்தில் முன்னேறுவாய்' என்றொரு குரல் கேட்டது. அது சேலமா, திண்டுக்கல்லா, குற்றாலமா, வால்பாறையா, சென்னையா, நாகர்கோவிலா, மதுரையா, பாண்டிச்சேரியா என்று கணிக்க முடியாத புரிபடாத இடமாய் தோன்றியது. பிச்சையை மட்டும் தனியாய் விட்டுவிட்டு எல்லோரும் எங்கோ போய்விட்டதுபோல் தோன்றியது. கண்ணுக்கு மிக அருகில் வானம் தன் சாம்பல் நிறத்தை மீட்டெடுத்துக் கொண்டிருந்ததைக் கவனித்தான் பிச்சை.

தன் பாக்கெட்டுகளைத் தொட்டுப் பார்த்துக்கொண்டான். இங்கிருந்து விலகக்கூட காசில்லாத தன் நிலையை எண்ணி கலங்கினான். வலிக்கு ஆறுதலாய் நம்பிக்கை தந்து பேச யாரும் இல்லாதது போல் உணர்ந்தான். நான் ஏன் கல்யாணம் செய்துகொள்ளாமல் போனேன்? எனக்கு எழுத்து போதும் எனத் தீர்மானிக்க வைத்தது எது? அப்படி என்ன எழுத்தின் போதை என்னை ஆட்டுவித்தது? எல்லா முகமூடி மனிதர்களையும் சந்திக்கத்தான் நான் எழுத்தாளன் ஆனேனா? நம்பிக்கையற்ற

முகங்களின் தரிசனம் மட்டும்தான் என் வாழ்வில் நடந்ததா? பிச்சை கண்களைச் சுருக்கி கவனித்தான்.

ஒற்றையடிப் பாதையின் தூரத்தில் யாரோ அமர்ந்திருப்பது தெரிந்தது. வெள்ளைத் தாமரை மீது வெள்ளை உடை அணிந்த உருவம். சின்ன வயதில் கனவில் கண்ட உருவம். கோபத்தில் கண்கள் சிவக்க அமர்ந்திருந்த உருவத்தை நோக்கி ஓட எத்தனித்தான். செருப்பு அறுந்து அவனை நிலைதடுமாற வைத்தது. நிதானித்து நிமிர்ந்தவன் கீழே குனிந்து செருப்புக்கு அருகில் கிடந்த பெரிய கல்லினை எடுத்தான். பலம் கொண்ட மட்டும் ஓங்கி அந்த உருவத்தை நோக்கி எறிந்தான். இவன் பார்த்துக்கொண்டிருக்கும்போதே வானிலிருந்து ஒரு பூ மௌனமாய் உதிர்ந்தது. கல் உருவத்தை நெருங்கும் முன் உருவத்துக்கும் கல்லுக்கும் இடையில் பூ நிற்பதைப் பார்த்தான் பிச்சை.

எட்டாவது கொண்டை ஊசி வளைவு

பஸ்ஸிலிருந்து இறங்கியதும் மழை தொடங்கியது. ஒரு கையால் குடையை விரித்தவள் மறுகையால் முழங்காலுக்குக் கீழே நீண்டிருந்த புடைவையைச் சுருட்டித் தூக்கிப் பிடித்தாள். வெள்ளைநிற பாதத்தில் கிடந்த கொலுசின் மீது ஊசியாய் மழை இறங்கியது. தன் மென்சதையில் மோதிய மழையின் தாளத்தை ரசித்தபடி பேருந்து நிலையத்தை விட்டு வெளியேறினாள். இதேபோன்ற மழை நாளின் பிறிதொரு பகலில் பாபுவுடன் இருந்த ஞாபகம் சுடு துளியாய் நெஞ்சில் சொட்டியது. முக்கியச் சாலைக்கு வந்து நின்றாள். வளைவில் திரும்பியவளின் கண்களில் தென்பட்டார் யேசு. தன்னை அழித்த மழையை எதுவும் செய்ய இயலாமல் வான் நோக்கி தன் இறைஞ்சுதலை உயர்த்தியிருந்தார். சாலை ஓவியனின் தோளுக்கு மாறியிருந்தது சிலுவை. இதைச் சொன்னால் உடனே கவிதையாக்கிவிடுவான் பாபு. தன்னை உற்றுநோக்கும் ஈரம் மின்னும் கண்களை விலக்காமலே சொல்லும் அந்தக் கவிதைக்கு உடனே முத்தம் கொடுக்க முடியாமல் இவளுக்குதான் உலர் தவிப்பொன்று தோன்றி மறையும். திடீர் விடுமுறைக்கு பள்ளி வாகனமொன்று வீடு திரும்பிக்கொண்டிருந்தது. மழை பார்த்துக்கொண்டிருந்த

சிறுமிகள் அவளைப் பார்த்து உற்சாகமாகக் கையசைத்தார்கள்.

எல்லாவற்றையும் உடனே பாபுவிடம் பகிர்ந்துகொள்ள வேண்டுமென்ற அவசரம் நடையை எட்டிப்போட வைத்தது. ஆட்டோ ஒன்று மிக மெதுவாக அவளைக் கடந்தது. நிறுத்தினாள். அம்மாபேட்டை போகணும் என்றாள். பாபு. இரண்டே எழுத்துகளில் எவ்வளவு காதலை ஒளித்து வைத்திருக்கிறான். அவனின் விழிகளில் எப்போதும் நிரம்பியிருக்கும் நீர்மை. சிவந்த உதடுகள் பிரித்துச் சிரிக்கையில் எல்லா நம்பிக்கையும் ஒன்று கூடிவிடும் அவளுக்கு. தன் வாழ்வில் சந்தித்த நிஜ ஆண்மகன் பாபு. எத்தனை கம்பீரமாய் மென்மையாய் ஒரு துதிக்கை வருடலாய் தன் ஆறுதலை வெளிப்படுத்துகிறான். உள்ளங்கை பிடித்து ஒவ்வொரு விரலாய் சொடுக்கெடுத்துக்கொண்டே எல்லா சொற்களையும் கேட்டுவிடுகிறான். அவனது ஆறுதல் என்பது தன் குரலில் அவன் கேட்கும் சில பாடல்களில் நிறைந்துள்ளதை அறிவாள்.

பக்கத்து ஊரிலிருந்து அவனைப் பார்ப்பதற்கென்றே இங்கே வந்து செல்லும் மலரும் அவனும் சந்திக்கும் இடமாக அந்தத் தங்கும் விடுதி அமைந்திருந்தது. அதே தங்கும் விடுதியின் ஓர் அறையில் எத்தனையோ முறை இருவருக்குமான சிரிப்பு தன் தாழினை நீக்கியிருக்கிறது. மெத்தையில் அமர்ந்தபடி மலரின் விரல்களுக்கு சொடுக்கெடுத்துக் கொண்டிருப்பான் பாபு. மலரிடமிருந்து மெல்லிய தவிப்பில் அவனுக்கான பாடல் துவங்கும். மழை துவங்கியிருக்கும் பாபுவுக்குள். விசும்பலை வெளிக்காட்டிக் கொள்ளாமல் மலரின் மடியில் தஞ்சமடைந்திருப்பான். மலரின் விரல்கள் பாபுவின் கன்னத்தில் படர்ந்திருக்கும் தாடியை வருடியபடியே பாடலை மீட்டிக்கொண்டிருக்கும்.

கண்ணன் ஒரு கைக்குழந்தை
கண்கள் சொல்லும் பூங்கவிதை
கன்னம் சிந்தும் தேனமுதை
கொண்டு செல்லும் என் மனதை
கையிரண்டில் நான் எடுத்து

பாடுகின்றேன் தாலாலோ
மைவிழியே தாலேலோ
மாதவனே தாலேலோ...

ஒருநாள் காலை அவள்தான் பாபுவிடம் சொன்னாள், எங்காவது வெளியில் போகலாமென்று. திடீர் விடுமுறையை பாபுவுடன் கழிக்கத் தீர்மானித்த அவளின் அலைபேசிக்கு பதில் சொன்னான் ஏற்காடு போகலாமென்று. பாபுவின் தோளைப் பிடித்துக்கொண்டு ஆக்டிவாவில் அமர்ந்திருந்த அவளின் காதோர முடிகளில் தன்னை வரைந்துகொண்டிருந்த காற்றின் கூச்சத்துக்கு முழுமையாய் தன்னை ஒப்படைத்திருந்தாள். ஒவ்வொரு வளைவில் வண்டி திரும்பும்போதெல்லாம் அவளின் கை பாபுவின் தோளில் அழுந்தப் பதிந்து தன் பாதுகாப்பை உறுதிப்படுத்தியது. எட்டாவது கொண்டை ஊசி வளைவில் வண்டியின் வேகம் குறைத்து நிறுத்தினான். இருவரையும் பார்த்து சுற்றுலா வந்திருந்த பஸ் ஒன்று குட்பை சொல்லிக்கொண்டே பெரும் சத்தத்துடன் திரும்பியது. சிரித்துக்கொண்டே நிமிர்ந்தவள் கண்களில் ஆச்சரியம் பெரிதானது.

மேரிமாதா சிலை ஒன்று தன் குழந்தையை ஏந்தியபடி நின்றிருக்க காலடியில் மெழுகுவத்தி, தன் ஒளியை அசைத்து எதையோ தேடிக்கொண்டிருந்தது. சற்றே மேடான இடத்தில் இருந்தது சிலை. அதன் பின்னே மலையின் ஏதோ ஒரு பாகம் இருப்பதை உறுதி செய்ததுபோல் மரங்கள் உயர்ந்திருந்தது இங்கிருந்து பார்க்கையிலே தெரிந்தது. அவள் பாபுவின் கையைப் பிடித்தாள். அழுத்தம் கூடிற்று. மேட்டில் முதலில் ஏறிய பாபு தன் கை நீட்டி அவளை அழைத்தான். புடைவையை சற்றே தூக்கிப் பிடித்துக்கொண்டு கை ஊன்றி அம்மேட்டில் ஏறினாள். தடுமாறி விழப் போனவள் பாபுவின் தோளைப் பிடித்து நிதானித்தாள். பாபு முன் செல்ல பின் தொடர்ந்தாள். சிலைக்குப் பின்னால் ஒற்றையடிப் பாதையொன்று மேடு பள்ளங்களுடன் நீண்டிருந்தது. மரங்களின் நிழல், பாதையெங்கும் சூரியனைக் காணாமலடித்திருக்க, சிறிது தூரம் சென்றதுமே கண்ணுக்குத்

தென்பட்டுக்கொண்டிருந்த பிரதான சாலையும் சாலையில் விரைந்த வாகனங்களின் சத்தமும் காணாமல் போயின.

பழகிய பாதையில் பாபுவின் பாதங்கள் நடக்க, அவன் அடியையொற்றி இவளும் விரைந்தாள். சட்டென்று முடிந்த பாதைக்குக் கீழே சற்றுத்தள்ளி எந்தச் சலனமுமின்றி அருவி ஒன்று கசிந்து கொண்டிருந்தது. வழிந்த நீர் அங்கிருந்த சின்னச்சின்னப் பாறைகளின் மீது காற்றில் மிதக்கும் புடைவைத் தலைப்பென தன்னை விரித்தபடி சென்று கொண்டிருந்தது. பாபு கையூன்றி அப்பள்ளத்தில் குதித்தான். தன் இரு கைகளை நீட்டி அவளை ஏந்தினான். மேட்டில் அமர்ந்து கால்களைத் தொங்கவிட்டவள் தன் இடையை பாபுவின் கைகளுக்குள் ஒப்படைத்தாள். கைகளில் தாங்கி இறக்கினான். தான் இந்த இடத்துக்குப் பலமுறை நண்பர்களுடன் வந்திருப்பதால் எல்லா நிழலும் எல்லா பாறையும் தன்னை அறியும் என்றான். இரண்டு அடி எடுத்து வைத்தால் நழுவி விரையும் அருவியில் கால் நனைத்துவிடலாம். இவளுக்குள் ஏதோ பெரிதாய் உடைந்தது. அவன் தோளில் தன் முகத்தை வைத்து அழுத்தினாள். பாபு சுட்டுவிரல் நீட்டி ஒரு பாறையைத் தேர்ந்தெடுத்தான். ஏதோ சாபம் பெற்றதுபோல் நடுவில் அப்பாறைத்துண்டு மட்டும் நீர் படாமல் தனியாய் அமர்ந்திருந்தது. நீரில் கால் நனைத்து இருவரும் சென்று பாறையில் அமர்ந்தார்கள்.

ஒருவர் அமர்வதற்கான சிறு பாறையது. இருவரும் அமர்ந்தார்கள். கால்களை ஆசைஆசையாய் தழுவிச்சென்ற நீரினைக் குனிந்து கையால் ஆசிர்வதித்தாள். பாபு அவள் நெற்றியில் முத்தமிட்டான். மென்மையான தாடி ரோமங்கள் அவள் மூக்கில் உரச, அவளின் விரல்கள் பாபுவின் காதுமடலைத் தொட்டன. காற்றுக்கும் அருவிக்கும் இடையேயான ஜென்ம ஒப்பந்தம் போல் அருவியின் சின்னதான இரைச்சலில் காற்று மோதிக்கொண்டிருக்க, உலகம் ஒட்டுமொத்த அமைதியில் கிடந்தது. அடர் இருளும் குளிர் போர்வையும் இருவரைச் சுற்றியும் மூடத் துவங்க பாபு மெல்லிய குரலில் பாடத் துவங்கினான்.

ஏழை என்றால் ஒருவகை அமைதி
ஊமை என்றால் அதிலொரு அமைதி
உனக்கே உயிரானேன்
எந்நாளும் எனை நீ மறவாதே
நீயில்லாமல் எது நிம்மதி
நீதானே என் சன்னிதி...

அவள் முற்றிலுமாக அருவியில் தன்னை வீழ்த்தியிருந்தாள்.

★

ஒருநாள் முழுவதும் அந்த அருவி அருகில் வாழ்ந்தாலும் இந்த ஜென்மம் முழுதும் தீராது என்று மலருக்குத் தெரிந்திருந்தது. ஒரு மணி நேரத்தில் இருவரும் புறப்பட்டார்கள். ஆரம்பத்திலேயே வேகம் எடுத்து விட்டது ஆக்டிவா. பாபுவின் இடுப்பை இறுக்கப் பிடித்திருந்தாள் மலர். ஏற்காட்டின் மொத்தக் குளிரும் பாபுவின் முகத்தில் உணர்ந்தான். ஒவ்வொரு வளைவில் வளையும்போதெல்லாம் மலரின் உள்ளிருந்து உற்சாகக் கூச்சல் எழுந்து அடங்கியது. ஒரு வளைவில் திரும்பியபோது அவள் காதுரசிச் சென்றது கடந்து சென்ற பேருந்தின் பெருமளவிலான காற்று. மலரின் உதடுகள் பாபுவின் காதில் முத்தமிட்டு விலகியது. ஆக்டிவாவின் கண்ணாடியில் பாபு தன் முகத்தைப் பார்த்தான். சிரித்துக்கொண்டான். கண்களில் நீர் கசிந்து உள்ளுக்குள் சிறு உற்சாக ஓடையைத் தளும்பச் செய்திருந்தது. அவன் உடம்பெங்கும் நிறைந்திருந்த மின்சார ஞாபகம் மலரின் தீண்டலை எழுதிக்கொண்டேயிருந்தது. எதிர்காற்றும் எதிரில் வந்த வாகனங்களின் வேகமும் மலருக்குள் திடுக்கிடல் ஏற்படுத்த பாபுவின் பாதுகாப்பை இறுக்கினாள். ஏற்கெனவே கண்களை மூடினாலே பாபுவின் வாசனை அருவி நீர் கலந்து அவளின் நாசியைத் தழுவிக்கொண்டிருந்தது. இதில் இந்தப் பயணத்தின் உற்சாகம், தான் இப்போது இறந்துவிட்டால்கூட சொர்க்கத்தின் கதவை உடனே திறந்து விடலாம் என்பதாய் அவளுக்குள் ஓர் எண்ணம் ஓடியது.

எதிரில் வேகமாய் வந்து வளைந்த பைக்குக்கு வழிவிட ஓரமாய் தன் ஆக்டிவாவை ஒதுக்கிய பாபுவின் கண்களுக்குக் கீழே கிடந்த சிறிய கல் தென்படாமல் போனது விதி. சற்றே தன் கையிலிருந்து விடுபட்டு புரண்ட ஆக்டிவாவை நிமிர்த்துவதற்குள் அங்கிருந்த தடுப்பு தாண்டியது ஆக்டிவா. மலரின் காலில் மோதிய பாறையொன்று அவளை அப்படியே புரட்டியது. வண்டியிலிருந்து கீழே விழுந்த மலரின் நெற்றியில் மோதி கீறியது சிறு பாறை விளிம்பொன்று. வளையல் அணிந்த கை எவ்வித பிடிப்புமின்றி இன்னொரு கல்லில் மோதியது. உடல் தொய்வுறச் சரிந்தாள். மரம் ஒன்றின் மீது சரிந்திருந்த பாபுவை யாரோ தூக்கினார்கள்.

பாபுவுக்கு நினைவு திரும்பியபோது சாலையோரத்தில் உட்கார வைக்கப்பட்டிருந்தான். சற்றுத்தள்ளி நிறைய ரத்தம் வெளியேறியிருக்க மலரின் உடல் படுக்க வைக்கப்பட்டிருந்தது தெரிந்தது. பாபுவுக்குள் கேவல் எழுந்து அடங்கியது. வாய்விட்டு கத்தினான். பாபு ஆம்புலன்ஸில் ஏற்றப்பட்டான். அவன் முன் நீளமான ஸ்ட்ரெச்சரில் மலர் படுக்க வைக்கப்பட்டிருந்தாள். கால்களை மூடியிருந்த பச்சைத் துணியை விலக்கிய பாபு, மலரின் விரல்களுக்கு சொடுக்கெடுக்கத் தொடங்கினான். வேன் விரைந்துகொண்டிருந்தது. வெளியில் மழை தொடங்கியது.

★

ஜன்னலுக்கு வெளியே தொடங்கியிருந்த மழையை பார்த்துக்கொண்டிருந்த பாபுவின் கைகளில் பொன்னிற திரவம் ஒரு பிளாஸ்டிக் கோப்பையில் மிதந்து கொண்டிருந்தது. இப்படித் தனியாக அந்த விடுதியின் அந்த அறையில் தஞ்சமடைந்துவிடும் போதெல்லாம் கூடவே ஒரு மதுக்கோப்பையும் வந்து விடுகிறது. ஒவ்வொரு மிடறு விழுங்கும் போதும் மலர் தன் சிரிப்பை, வெட்கத்தை, சிணுங்கலை, சோகத்தை அவன் தொண்டைக்குழியில் வரைந்து கொண்டிருந்தாள். கண் கலங்கி கன்னம் தாண்டிய உப்புக்கடலைத் துடைக்க மனமின்றி அமர்ந்திருப்பான். சுழலாத மின்விசிறியின் இமைக்காத பார்வையிலிருந்து தன்னை விடுவிக்க இயலாமல் தவிப்பான்.

மூன்றாவது பெக்கின் முடிவில் மூளை உதறி நினைவைத் தவிர்க்க முயல, முடியாமல் ரத்தம் பூசிய உடலோடு சாலையில் கிடந்த மலரின் திறந்து வெறித்த கண்கள் பளீரென்று அவன் நெற்றியில் அறையும். மொத்தமாய் திரவக்குழியில் பாட்டிலைச் சரிக்க உலகத்தின் அத்தனை எரிச்சலும் உடலெங்கும் பரவியடங்கும். இமைகளின் மீது பாறை ஒன்று அழுத்தியதுபோல் இருக்க பாபு உதட்டிலிருந்து மதுக்குவளையை விலக்கினான். இன்று ஏனோ அதிகமாய் மறதி கேட்கிறது மனது.

தீர்ந்துகொண்டிருக்கும் பாட்டில்களின் வெற்றிடத்திலெல்லாம் மலர் சிரித்தாள். உதடுகளில் பரவியிருந்த போதையைத் துடைத்தான். விரல் ஈரத்தில் உப்பு பரவியிருந்ததை உணர்ந்தான். தன் வாழ்நாளில் இந்த நாளை மட்டும் நீக்கிவிட்டால் எத்தனை நன்றாக இருக்கும். ஏக்கம் டம்ளரில் ஊற்றப்பட்டது. கண்கள் மூடி ஒரே மடக்கில் தொண்டையில் சரித்தான். அலைபேசியை எடுத்தான். விரல்கள் நடுங்க எண்களைத் தேடினான். அழுதுகொண்டே அந்த எண்ணில் தன் விரல் பதித்தான். 'நீங்கள் தொடர்புகொள்ள நினைக்கும் எண் சுவிட்ச் ஆஃப் செய்யப்பட்டுள்ளது.'

கண்ணீர் உடைப்பெடுத்துக்கொண்டு வெளியேறியது. மதுக்குவளைக்குப் பக்கத்தில் இருந்த பேப்பரையும் பேனாவையும் எடுத்து எழுதத் துவங்கினான். இதே நாள் ஏற்காட்டில் அன்று எனத் தலைப்பிட்டான்.

"சர்ப்ரைஸா இருக்கட்டும்னுதான் எதுவும் சொல்லல. இந்த அருவியையும் காத்தையும் பார்த்ததும் என் சந்தோஷம் உனக்கும் பரவட்டும்னு சொல்றேன். நம்ம லவ்வ எங்க வீட்ல ஏத்துக்கிட்டாங்க. இந்த தாடிக்காரனை எங்க வீட்டுல வந்து பொண்ணு கேட்கச் சொல்லிட்டாங்க. இனிமே காலம் பூரா எனக்கு நீ சொடுக்கெடுத்துட்டே இருக்கணும்டா ஆபூ... பாபூ பூஊ..." சிரித்தபடி பாபுவின் உதடுகளுக்குள் மூழ்கினாள் மலர்.

(வே. பாபுவுக்கு)

கணேசகுமாரன்

1973

கவிதைத் தொகுப்புகள்

நீர்முனி, புகைப்படங்கள் நிரம்பிய அறை, சலூனில் காத்திருக்கிறான் சிந்துபாத், பீங்கான் புத்தன்

சிறுகதைத் தொகுப்புகள்

பெருந்திணைக்காரன், பைத்திய ருசி, மிஷன் காம்பவுண்ட், வில்லா 21, ரூமன், எறும்பு

குறுநாவல்கள்: மெனிஞ்சியோமா, எழுத்தாளன், சிலிங்

நாவல்: சொர்க்கபுரம்

விகடன் விருது 2014 – சிறந்த சிறுகதைத் தொகுப்பு பைத்திய ருசி

சுஜாதா விருது 2016 – சிறந்த சிறுகதைத் தொகுப்பு மிஷன் காம்பவுண்ட்

வாசகசாலை விருது 2017 – சிறந்த சிறுகதைத் தொகுப்பு வில்லா 21

திருப்பூர் படைப்பிலக்கிய விருது 2018 – சிறந்த சிறுகதைத் தொகுப்பு ரூமன்

சௌமா இலக்கிய விருது 2020 – சிறந்த சிறுகதைத் தொகுப்பு எறும்பு

ஸீரோ டிகிரி பப்ளிஷிங் – தமிழரசி அறக்கட்டளை இலக்கிய விருது 2021 – சொர்க்கபுரம் நாவல்